தொல்காப்பியத் திணைக் கோட்பாடு: திறனாய்வியல் நோக்கு

கே. பழனிவேலு

மாற்று வெளியீட்டகம்
சென்னை

விற்பனை உரிமை : பரிசல் புத்தக நிலையம், 216, முதல் தளம், திருவல்லிக்கேணி நெடுஞ்சாலை, திருவல்லிக்கேணி. சென்னை - 600 005. Email : parisalbooks@gmail.com, செல் : 9382853646

தொல்காப்பியத் திணைக் கோட்பாடு: திறனாய்வியல் நோக்கு ❏ © ஆசிரியர் ❏ ஆசிரியர்: கே. பழனிவேலு ❏ முதற்பதிப்பு : ஜனவரி 2018 ❏ பக்கம் 155 ❏ வெளியீடு: மாற்று வெளியீட்டகம், சென்னை - 94 ❏ கணினி அச்சு : பிளாட்டினம் கிராபிக்ஸ், புதுச்சேரி, தொலைபேசி 0413-2220378 ❏ இயந்திர அச்சு : Compu Prints, சென்னை.

விலை : ரூபாய் 140/-
ISBN : 978-81-924400-8-8

பொருளடக்கம்

	பக்கம்
சுருக்கக் குறியீட்டு விளக்கம்	4
முன்னுரை	6
1. மொழியின் உரையாடல் தன்மையை விளக்கும் தொல்காப்பியம்: கூற்றுக்கோட்பாட்டு நோக்கு	10
2. பெருநிலத் தமிழ் அடையாளமும் தொல்காப்பியமும்	29
3. செய்யுள் உறுப்புகளின் துல்லியத் தன்மையும் திணைக்கோட்பாடு உருவாக்கமும்: தொல்காப்பியச் செய்யுளியலை முன்வைத்து	45
4. தொல்காப்பியத் திணைக்கோட்பாடு உருவாக்கம் : சூழலியல் நோக்கு	68
5. தொல்காப்பியக் கவிதையியல் : கூற்று	93
6. தொல்காப்பியக் கவிதையியல் : கேட்போர்	116
7. எடுத்துரைப்பியல் நோக்கில் தொல்காப்பிய வெட்சிப் போர் மரபுகள்	133
துணைநூற்பட்டியல்	152

சுருக்கக் குறியீட்டு விளக்கம்

அகத்.	-	அகத்திணையியல்
அகம்.	-	அகநானூறு
இளம்.	-	இளம்பூரணர்
உரை.	-	உரையாசிரியர்கள்
கலி.	-	கலித்தொகை
களவி.	-	களவியல்
குறள்.	-	திருக்குறள்
குறி.	-	குறிஞ்சிப்பாட்டு
குறுந்.	-	குறுந்தொகை
சிலம்பு.	-	சிலப்பதிகாரம்
சிறு.	-	சிறுபாணாற்றுப்படை
செய்.	-	செய்யுளியல்
சொல்.	-	சொல்லதிகாரம்
தொல்.	-	தொல்காப்பியம்
நச்சர்.	-	நச்சினார்க்கினியர்
நற்.	-	நற்றிணை
நெ.	-	நெய்தல்
ப.	-	பக்கம்

பக்.	-	பக்கங்கள்
பதி.	-	பதிப்பு
புறம்.	-	புறநானூறு
பேரா.	-	பேராசிரியர்
பொருள்.	-	பொருளதிகாரம்
மேலது.	-	மேற்குறிப்பிட்ட நூல்
மேற்கோள்.	-	மேற்கோள் எடுத்தாளப்பட்டது
மொ.பெ.	-	மொழிபெயர்ப்பு
வி.உ	-	விற்பனை உரிமை
Ed.	-	Editor
P.	-	Page
Pg.	-	Pages

முன்னுரை

தொல்காப்பியம் பண்டைய தமிழ் மொழியின் அமைப்பை விளக்குகின்ற மொழி இலக்கண நூலாகவும் தமிழ்க் கவிதையியலை விளக்குகின்ற கவிதையியல் நூலாகவும் அமைந்துள்ளது. தொல்காப்பியம் முன்வைத்துச் செல்கின்ற கவிதையியல் கருத்துகளில் தொடர்ச்சியின்மையும் இடைவெளிகளும் இருப்பதைக் காணமுடிகின்றது. தொல்காப்பியம் முன்வைக்கும் தமிழின் மொழியியல், கவிதையியல் நோக்குகளில் தமிழுக்கான மூலம் வெளிப்படும் அதே நேரத்தில், தொல்காப்பியர் காலத்தில் இந்திய துணைக்கண்ட அளவில் பேசப்பட்ட பல கருத்துகள் ஊடாடியுள்ளன. அரிஸ்டாட்டிலின் கவிதையியலுக்குரிய முக்கியத்துவத்தைத் தொல்காப்பியமும் பெற்றிருக்கின்றது. தொல்காப்பியத்தில் காணப்படுகின்ற கருத்துகள் தமிழ்ச் சூழலுக்குரியவையாக இருந்தாலும் இன்று உலக அளவில் வளர்ந்துள்ள மொழி, இலக்கியவியல் சார்ந்த பல கருத்துகளுடன் இணைத்துப் பார்க்கத்தக்கவையாக உள்ளன. மேலை இலக்கியக் கோட்பாடுகள் சிலவற்றுடன் ஒப்பிட்டுப் பார்க்கும் போது, மொழி, இலக்கியவியல் சார்ந்த நவீன சிந்தனைகளின் சில புள்ளிகளைத் தொல்காப்பியம் கொண்டிருப்பதைக் காண முடிகின்றது. அதனால், தொல்காப்பியத்தையும் தொல்காப்பிய மரபைப் பின்பற்றிய தமிழிலக்கியங்களையும் புதிய பார்வைகளுடன் வாசிக்க முடிகின்றது.

இந்நூல் தொல்காப்பியம் சுட்டும் கருத்துகள் சிலவற்றை நவீன திறனாய்வியல் நோக்கில் அணுக முயன்றுள்ளது. குறிப்பாக, **கருத்தாடல், எடுத்துரைப்பியல், ரஷ்ய அறிஞர் மிகெய்ல் பக்தினின் கூற்றுக்கோட்பாடு** போன்ற சில கோட்பாடுகள் இந்நூற் கட்டுரைகளில் பயன்படுத்தப் பட்டுள்ளன.

மொழியின் உரையாடல் தன்மையை நன்கு அறிந்துள்ள தொல்காப்பியர் இவ்வுரையாடல் தன்மையைத் தமது மொழி பற்றிய கருத்துகளிலும் இலக்கியம் பற்றிய கருத்துகளிலும் சுட்டிச் செல்வதைக் காணமுடிகின்றது. தொல்காப்பியம், மொழியின் அமைப்பைப் பற்றிப் பேசும் போது எழுத்து, சொல் என விளக்கினாலும் பொருண்மை நிலையில் இருந்தே விளக்க முயன்றுள்ளது. சொற்களின் அமைப்பை விளக்கும் தொல்காப்பியம், தனித்தனிச் சொற்களாக, அகராதியில் இடம் பெறும் சொற்களாகக் கருதி விளக்காமல் தொடரின் இடையில் அமையும் சொற்களாகக் கருதியே விளக்க முயன்றுள்ளது. தொல்காப்பியத்தின் இம்முறைமைகளில் கருத்தாடல், எடுத்துரைப்பியல் போன்ற நவீனத் திறனாய்வியல் துறை களின் அடிப்படைகள் அமைந்திருப்பதை இந்நூலில் இடம் பெற்றுள்ள கட்டுரைகள் வெளிப்படுத்த முனைந்துள்ளன.

பண்டைய தமிழ்க் கவிதையியலின் உச்சமாகத் திகழ்ந்த திணைக் கோட்பாடு முதல், கரு, உரி ஆகிய மூன்று பொருள் களின் அடிப்படையில் அமைக்கப்பட்டிருந்தாலும் நவீனத் திறனாய்வியல் சுட்டும் மனிதத் தன்னிலைகளுக்கு முதன்மை கொடுத்திருப்பதும் கவிதையியல் உருவாக்கத்தில் சூழலியல் முக்கிய பங்கு வகித்திருப்பதும் இந்நூலில் ஆராயப்பட்டுள்ளது.

தொல்காப்பியம் முன்வைக்கும் கவிதையியல் கூறுகளில் கவிதைத் தொடர்பியலுக்கு முக்கியத்துவம் அளித்திருப்பதைக் காணலாம். கவிதைத் தொடர்பியலில் ஒரு கருத்து பாத்திரத் தால் வெளிப்படுத்தப்பட்டால் கேட்கும் பாத்திரம் ஒன்று

பனுவலுக்குள் இருக்கின்றது என்பது பொருளாகும். பனுவலுக்குள் நிகழ்த்தப்படுகின்ற உரையாடலுக்கான பொருள் கேட்பவர் சார்ந்ததே ஆகும். என்றாலும், பேசுபவருக்கும் கேட்பவருக்குமான தொடர்பு வெறும் சொற்பொருள் சார்ந்து மட்டுமே நிகழ்வதில்லை. சொற்பொருளுக்கு அப்பால் பல்வித சூழல்கள், கூற்றுகள் தொடர்பியல் பொருண்மைகளை நிர்ணயிக்கின்றன என்பதையும் பனுவலின் மொழி பேசுபவருக்கான தன்னிலையையும் கேட்பவருக்கான தன்னிலையையும் உள்ளடக்கியதாக இருப்பதையும் தொல்காப்பியர் கூற்று, கேட்போர் பற்றிய கருத்துகளில் அமைத்துள்ளதை இந்நூலில் இடம்பெற்றுள்ள கட்டுரைகள் வெளிப்படுத்த முயன்றுள்ளன.

தொல்காப்பியத்தைப் புரிந்துகொள்வதில் தளப் பார்வைக்கு முக்கிய பங்கு உள்ளதை உணரலாம். இத்தளப் பார்வை அகத்திணைக்கு வற்புறுத்தப்படும் அளவுக்குப் புறத்திணைக்கு வற்புறுத்தப்படுவதில்லை. தொல்காப்பியம் வழக்கும் செய்யுளும் ஆயிரு நாடி உருவாக்கப்பட்டதாகச் சுட்டப்பட்டாலும் பொருளதிகாரம் சுட்டும் இலக்கியத்திற் கான கோட்பாடுகளில் செய்யுள் மரபே மிகுந்திருக்கின்றது. இவ்வகப்புறக் கோட்பாட்டு உருவாக்கத்தில் வரலாற்றுக் காரணிகள் பல செயல்பட்டுள்ளமை ஆராயப்படவேண்டும். இந்நோக்கில் வெட்சி எனும் இனக்குழு மரபினைத் தொல் காப்பியம் கல்வி மரபு சார்ந்து பதிவுசெய்ய முயன்றுள்ளமை யையும் இனக்குழு மரபினை ஒருங்கிணைத்து உருவாக்கப் பட்ட வெட்சி என்ற கருத்தாக்கம் வேந்தர்களுடன் இணைந்த பெருங்கதையாடலாகத் தொல்காப்பியத்தால் முன்வைக்கப் பட்டுள்ளமையையும் வெட்சி பற்றிய கட்டுரை வெளிப்படுத்து கின்றது.

செம்மொழிப் பயிலரங்குகளுக்காக எழுதப்பட்ட இக்கட்டுரைகள், நூற்றாண்டு கண்ட ஆராய்ச்சி வரலாற்றில்

பலரால் முன்வைக்கப்பட்ட பொருண்மைகளையே களமாகக் கொண்டிருந்தாலும் புதிய நோக்குநிலைகளால் வேறு பட்டமை வதை வாசிப்போர் உணரலாம். இந்நோக்கு நிலைக்காவே இந்நூலில் இடம்பெற்றுள்ள கட்டுரைகள் பரவலான கவனத்தைப் பெற்றன. அறிஞர் செ.வை. சண்முகம் அவர்கள் இக்கட்டுரைகளில் சிலவற்றைப் படித்துவிட்டு தொலைபேசி வழியாகவும் மின்னஞ்சல் வழியாகவும் பாராட்டியதைக் குறிக்கவேண்டும். இக்கட்டுரைகளில் சில ஆய்வரங்க வெளியீடுகளிலும் இதழ்களிலும் வெளி வந்திருந் தாலும் ஒருபொருள் பற்றிய நூலாக வெளிவரும் போது ஆய்வாளர்களை எளிதில் சென்றடையும் என்பதால் தற்போது வெளியிடப்படுகின்றது. எனது முனைவர்பட்ட நெறியாளர் திரு. க. ப. அறவாணன் அவர்களின் தூண்டுதல் இந்நூல் வெளிவர முக்கிய காரண மாகும்.

ஆய்வுப் பணிக்குத் துணைநிற்கும் என் மனைவி இரா. சுனிதா, மகள் மாநிலா, மகன் ஆதன் ஆகியோருக்கு எனது அன்பு. என்னை அங்கீகரித்து எழுத வாய்ப்பளித்த ஆய்வுலக நண்பர்களுக்கு எனது நன்றிகள்.

நூலை வடிவமைத்த நா. சுந்தர், வெளியீட்டில் உதவிய முனைவர். அ. சதீஷ், நன்முறையில் வெளியிட்ட நண்பர் செந்தில்நாதன் ஆகியோருக்கு நன்றி.

மிக்க நன்றி.

அன்புடன்
கே. பழனிவேலு
4, பல்லவன் வீதி, டோல்கேட்,
அரியாங்குப்பம், புதுச்சேரி - 7
kpajanivelou@gmail.com
9443229064

14.09.2017
புதுச்சேரி

1

மொழியின் உரையாடல் தன்மையை விளக்கும் தொல்காப்பியம்: கூற்றுக்கோட்பாட்டு நோக்கு

தொல்காப்பியம் மொழியின் அமைப்பை விளக்குகின்ற இலக்கண நூலாக மட்டுமின்றி இலக்கியத்தின் அமைப்பை விளக்குகின்ற நூலாகவும் இருக்கின்றது. மேலும், தொல்காப்பியம் விதிமுறை இலக்கண நூலாக இல்லாமல் விளக்கமுறை இலக்கண நூலாக இருப்பதனால், தமிழ் மொழி, தமிழ் இலக்கியங்கள் பற்றிய முந்தைய கருத்துகள் பலவற்றையும் தொகுத்துச் சொல்கின்றது. தொல்காப்பியத்தின் இத்தொகுத்துச் சொல்கின்ற முறையில் தொடர்ச்சியின்மை யையும் ஏராளமான இடைவெளிகள் இருப்பதையும் எளிதில் காணலாம். குறிப்பாக மொழி பற்றிய கருத்துகளைவிட இலக்கியம் பற்றிய பகுதிகளில் இந்த இடைவெளிகள் மிகுதியாக இருப்பதைக் கவனிக்கலாம். தொல்காப்பியத்தில் காணப்படும் தமிழின் மொழியியல், கவிதையியல் நோக்குகளில் அன்று இந்திய அளவில் காணப்பட்ட பல பயில்துறைகளின் தாக்கங்கள் இருந்தாலும் அவற்றைத் தூய தமிழ் மரபில் உருவானவையாகவே கருத வேண்டியுள்ளது. அதே நேரத்தில் தொல்காப்பியத்தின் கவிதையியல், மொழியியல் கருத்துகள் இன்று உலக அளவில் உருவாகியுள்ள மொழி, இலக்கியம்

பற்றிய கருத்துகளுடன் எந்த அளவிற்குப் பொருந்திப் போகின்றன எனக் காண்பது செவ்வியல் பற்றிய ஆய்வுகள் மேலோங்கியுள்ள இன்றைய தமிழ்ச் சூழலில் முக்கியமானதாகும்.

தொல்காப்பியத்தின் மொழி பற்றிய கருத்துகளை மொழி யியல் என்ற அறிவுப் புலத்தின் நோக்குடனும் பொரு ளதிகாரத்தின்இலக்கியம்பற்றியநோக்குகளைஇலக்கியவியல் அல்லது கவிதையியல் நோக்குடனும் பார்க்கின்ற பார்வைகள் இன்று உருவாகியுள்ளன. இந்தச் சூழலில் தொல்காப்பியம் சுட்டும் கருத்துகளைத் தொல்காப்பியர் என்ற ஒருவரின் கருத்தாகப் பார்க்காமல் பண்டைய தமிழகத்தில் மொழி, இலக்கியப் புலம் சார்ந்து உருவாகியிருந்த ஒரு சிந்தனைப் பள்ளியின் கருத்துகளாகப் பார்க்கவேண்டியுள்ளது. இப்படித் தொல்காப்பியத்தின் கருத்துகளை ஒரு சிந்தனைப் பள்ளியின் கருத்துகளாகப் பார்க்கின்றபோதுதான் முந்தைய கருத்துகளின் தொடர்ச்சிகளைத் தமிழ் அறிவுப் புலத்தில் தேடவும் அக்கருத்துகள் தொடர்ந்து வராமல் மறைந்துபோனதற்கான காரணங்களைத் தேடிக் கண்டடையவும் அவை பெற்றுள்ள மாற்றங்களை அடையாளங் காணவும் முடியும். தொல்காப்பியம் முன்வைத்த கருத்துகளின் தொடர்ச்சிகளைத் தமிழ் அறிவுப்புலத்தில் தேடுவதுடன் உலகலவிளான இலக்கிய ஆய்வில் செல்வாக்குச் செலுத்திவரும் மொழி, இலக்கியம் சார்ந்த கருத்துகளைத் தொல்காப்பியத்துடன் இணைத்துக் காண்பதும் தேவையாக உள்ளது.

மேலை மொழி, இலக்கியப் புலம் தந்த அறிவுப் பின்னணியில் தொல்காப்பியருடைய மொழியியல் கோட்பாடு களை உருவாக்கவும் அவற்றை உலகளவில் முன்னிறுத்தவும் பல்வேறு அறிஞர்கள் உருவாக்கியுள்ள மொழி, கவிதையியல் சார்ந்த கருத்துகளுடன் ஒப்பிட்டு நோக்கவேண்டியது இன்றி யமையாததாகும். மொழியியல் துறை சார்ந்து இப்பணிகள்

தொடர்ந்து நிகழ்ந்துவருகின்றன. தொல்காப்பியம் முன் வைக்கும் கவிதையியல் சார்ந்த கருத்துகளை மேலை இலக்கியக் கல்விப் புலத்தின் கருத்துகளுடன் இணைத்துப் பார்க்கின்ற பார்வைகளும் தற்காலத்தில் உருவாகியுள்ளன.

மொழியின் இயக்கம் பற்றிய கருத்துகளின் பின்னணியி லேயே அமைப்பியல், பின் அமைப்பியல் சார்ந்த கருத்துகள் உருவாக்கப்பட்டுள்ளன. இலக்கியவியலுடன் இணைந்து பல்வேறு புரிதல்களை வழங்கிக்கொண்டிருக்கின்ற மொழியி யல் சார்ந்த கருத்துகளான அமைப்பியல், பின் அமைப்பியல் சிந்தனைகளைத் தமிழ் மொழியின் இயக்கம் பற்றிய கருத்துகளை வழங்கும் தொல்காப்பியத்துடன் ஒப்பிட்டுப் பார்க்க வேண்டியுள்ளது. தொல்காப்பியம் அடிப்படையில் மொழியின், இலக்கியத்தின் அமைப்பைப் பற்றிப் பேசு வதனால், மேலைநாடுகளில் உருவாகியுள்ள சிந்தனைகளின் சில புள்ளிகளைக்கொண்டு திகழ்வதைக் காணமுடிகின்றது. அவற்றை இனங்காண்பதன் மூலம் தொல்காப்பியத்தையும் தொல்காப்பிய மரபைப் பின்பற்றிய தமிழிலக்கியங்களையும் புதிய பார்வைகளுடன் வாசிக்க இயலும். தொல்காப்பியத்தின் கருத்துகளை இலக்கியவியல் சார்ந்த மொழியியல் கருத்து களுடன் ஒப்பிட்டு நோக்குவதன் மூலம் இன்றைய மேலை இலக்கியத் திறனாய்வுச் சிந்தனைக்கான அடிப்படைகள் தொல்காப்பியத்திலேயே இருப்பதைக் காண முடியும். இப்பின்னணியில், ரஷ்ய மொழியியல் அறிஞர் மிகெய்ல் பக்தின் வரலாற்று மொழி யியல் சார்ந்து முன்வைத்த கூற்று பற்றிய கருத்துகளைத் தொல்காப்பியத்தின் கருத்துகளுடன் ஒப்பிட்டுப் பார்க்க இக்கட்டுரை முயல்கின்றது.

மொழியின் அமைப்பு பற்றிய ஆய்வுக்கு மிகுந்த பங்களிப்பினைச் செய்த சுவிஸ் நாட்டு மொழியியல் அறிஞர் பெர்டினான்ட் டி சசூர், மொழிகளைக் குறிகளாகப் பார்த்தார். மொழி பல அலகுகளால் ஆனது; ஒவ்வோர் அலகும்

ஒவ்வொரு விதத்தில் இன்னொன்றுடன் உறவு அல்லது தொடர்பு கொண்டுள்ளது; அந்த உறவுகள் மொத்த அமைப்பை உருவாக்குகின்றன என சசூர் கூறினார். அவர் ஒரு மொழி யானது மொழி (langue) பேச்சு (Parole) என அமைந்திருப்பதாக வும் இவை இரண்டும் எதிரெதிராக அமைந் திருப்பதாகவும் சுட்டினார். மொழி தன்னளவில் ஓர் ஒழுங்கமைப்புடன் திகழ்ந்து ஒவ்வொருவருக்குள்ளும் வெளிப்படாமல் மறைந் திருக்கின்றது. இந்த வெளிப்படாத மொழியிலிருந்து ஒரு தனி மனிதன் தனது விருப்பத்திற்கேற்பப் பேச்சினை உருவாக்கிக் கொள்கின்றான் என்றார் (2008 : 24 - 33). சசூருடைய கருத்துப்படி மொழி (langue) சமூகம் சார்ந்த ஒன்றாக இருந்தாலும் தனிப்பட்ட ஒருவரின் பேச்சே (Parole) வெளிப்படுவதாக இருக்கின்றது. வெளிப்படுத்தப்படுவதே உண்மையான மொழி என்பதால் மொழிச் செயல்பாடு என்பதே உளவியல் நிகழ்வாகச் சசூரால் காட்டப்பட்டது என்பர். மொழிச் செயல்பாடு உளவியல் சார்ந்தது என்பதிலிருந்து மாறுபட்ட வர்களாக ரஷ்ய மொழியியல் அறிஞர்கள் இருந்தனர். அவர் களுடைய மார்க்சியப் பின்னணி மொழிச் செயல்பாட்டைச் சமூகம் சார்ந்ததாகப் பார்க்கச் செய்தது.

சசூருடைய மொழியின் அமைப்பு பற்றிய கருத்துகளை மார்க்சியம் சார்ந்த ரஷ்ய மொழியியல் அறிஞர்கள் மிகுந்த கேள்விக்கு உட்படுத்தியதுடன், மொழியை வரலாற்று அடிப்படையில்தான் பார்க்கவேண்டும் என வலியுறுத்தினர். இவர்களில் முக்கியமானவராக ரஷ்ய அறிஞர் வேலண்டின் ஒலொஷினோவ் (Valentine Voloshinov) என்பவர் காண ப் படுகின்றார். அவர் தமது *Marxism and the Philosophy of Language* (1929) என்ற நூலில் கூற்றுக்கோட்பாடு (Theory of Utterance) பற்றிய கருத்துகளை வெளிப்படுத்தியுள்ளார். ஒலொஷினோவ்வின் நூல் அடிப்படையில் பெர்டினான்ட் டி சசூர் அவர்களின் மொழி பற்றிய கருத்துகளுக்கான எதிர்

வினையாக அமைக்கப்பட்டுள்ளது. வரலாற்றுக் கண்ணோட்டத்தில்தான் மொழியைப் பார்க்க வேண்டும் என்ற கருத்தை வெளிப்படுத்திய ஒலொஷினோவ், வெளிப்படுகின்ற பேச்சு *(Parole)* ஒரு குறிப்பிட்ட சமூக மொழியியல் உறவில்தான் உருவாகின்றது எனக் கூறினார். மனிதர்களால் பயன்படுத்தப் படும் மொழிக்குறிகள் சமூக அமைப்பினால் ஒழுங்கு படுத்தப்படுகின்றன. சமூகம் மாறும்போது இம்மொழிக் குறிகளும் மாற்றம் கொள்கின்றன என்றார் *(2008:251-253)*. சசூரை விமர்சிக்கும் வேலண்டின் ஒலொஷினோவ்வின் கருத்துகளை மிகெய்ல் பக்தினின் கட்டுரைகளில் அப்படியே காணமுடிகிறது *(2007:81)*. வேலண்டின் ஒலொஷினோவ்வின் கூற்றுக் கோட்பாடு சார்ந்த பல கருத்துகளைப் பக்தின் *Speech Genres & Other Late Essays* என்ற நூலில் முன்வைக்கின்றார். தொல்காப்பியருடைய மொழியின் அமைப்பு பற்றிய சிந்தனைகளில் பக்தின் முன்வைத்த கூற்றுக் கோட்பாட்டின் அடிப்படைகள் இருப்பதைக் காணமுடியும்.

பக்தின் அடிப்படையில் மொழியின் உரையாடல் தன்மை *(Dialogsim)* பற்றிப் பேசுகின்றார். அதனால் அவரது கருத்துகள் உரையாடலியம் என அழைக்கப்படுகின்றன. ஒரு மொழி சொல், தொடர்களாக அன்றிப் பொருண்மைகளை முன்வைக்கும் கூற்றுகளாகவே இயங்குகின்றது; இந்தக் கூற்று முறையிலான இயக்கத்தினால்தான் மொழி உரையாடலுக்கான தாக இருக்கிறது என்கின்றார். பக்தின் சுட்டும் உரையாட லியத்தைத் தொல்காப்பியம் முன்வைக்கும் கவிதை இயலில் பொருத்திப் புரிந்துகொள்ள இயலும். மொழியின் அமைப்பைச் சுட்டும் சொல்லதிகாரத்தில் உரையாடலியத்தில் அடிப் படைகள் அமைந்திருப்பதைத் தேடிக்கண்டடையலாம்.

தொல்காப்பியச் சொல்லதிகாரம் அடிப்படையில் சொற்களின் அமைப்பு பற்றிக் கூறுவதாகவே புரிந்து கொள்ளப்படுகின்றது. சொற்களின் அமைப்பை விளக்கும்

தொல்காப்பியம், தனித்தனிச் சொற்களாக, அகராதியில் இடம்பெறும் சொற்களாகக் கருதி விளக்காமல் தொடரின் இடையில் அமையும் சொல்லாகக் கருதியே விளக்க முயன்றுள்ளதைக் காணலாம்.

சொல்லதிகாரத்திற்கு விளக்கம் கூறும் சேனாவரையர் "சொல்லாவது எழுத்தொடு ஒருபுடையான் ஒற்றுமை யுடைத்தாய்ப் பொருள் குறித்து வருவது" என்கிறார். அதாவது எழுத்தின் தொடர்ச்சியாகச் சொல்லைத் தொல்காப்பியம் விளக்கிச் சென்றாலும் சொல், பொருளுடனேயே இணைந்து செல்கின்றது என்பதைச் சுட்டுகின்றார். மேலும்,

> பொருள் குறித்து வாராமையின் அசைநிலை சொல்லாகா எனின்; ஆவயின் ஆறும் முன்னிலை யசைச்சொல்(சொல். 274) என்றும், வியங்கோளசைச் சொல்' (சொல்.273) என்றும் ஓதுதலான், அவையும் இடமுதலாகிய பொருள் குறித்து வந்தன என்க. 'யாகா பிற பிறக்கு (சொல்.279) என்னும் தொடக்கத்தனவோ எனின், அவையும் மூன்றிடத் திற்கும் உரியவாய்க் கட்டுரைச் சுவைபட வருதலின்பொருள் குறித்தனவே யாம். இக்கருத்தே பற்றியன்றே ஆசிரியர், 'எல்லாச் சொல்லும் பொருள் குறித்தனவே" (சொல்.155) என்றோது வாராயிற்றென்க (அழுத்தம் ஆய்வாளருடையது).

எனச் சுட்டுகின்றார். சேனாவரையர், இடம் என எடுத்து ரைப்பாளர் - கேட்பவர் நிலையையும் கட்டுரைச் சுவை பட வருதலின் என மொழி நடையையும் நுணுக்கமாகச் சுட்டுகின்றார். எடுத்துரைப்பாளர் - கேட்பவர் நிலையும் மொழிநடையும் ஓர் உரையாடல் அமைப்பில் முக்கிய மானவையாக இருப்பதை கருத்தாடல், எடுத்துரைப்பியல் ஆய்வுகள் விளக்கிச் செல்கின்றன. சேனாவரையரின்

தொல்காப்பிய வாசிப்பு உரையாடல் சார்ந்ததாகவே இருந்துள்ளதை உணர முடிகின்றது. சொற்களைப் பற்றிப் பேசும் தொல்காப்பியம், உரையாடல் அமைப்பில் இயங்கும்; மொழியைப் பற்றியே மிகுதியும் பேசுகின்றது. சொல்லை வெறும் சொல்லாக அதாவது அகராதியில்; அமைந்திருக்கும் சொல்லாக விளக்காமல் தொடரின் ஒரு கூறாக நிறுத்தி விளக்குகின்றது. அதனால் எல்லாச் சொற்களும் அது தரும் பொருளுடன் இணைத்தே பார்க்கப்படுகின்றன. தொல்காப்பியம், மொழியின் அமைப்பைப் பற்றிப் பேசும் போது எழுத்து, சொல் என விளக்கினாலும் பொருண்மை நிலையில் இருந்தே மொழியின் செயல்பாட்டை விளக்க முயன்றுள்ளதைக் கிளவியாக்கத்தினை அடிப்படையாகக் கொண்டு காணமுயலாம்.

எந்த ஒரு மொழியும் வார்த்தைகள் மற்றும் தொடர்களால் ஆனதன்று; அது கூற்று மற்றும் பேச்சு, எழுத்து வகைமைகளால் ஆனதாகும் எனப் பக்தின் சுட்டுகின்றார். மனிதர்கள் எவரும் உரையாடலின்போது தாம் பயன்படுத்தும் வார்த்தைகளை அகராதியிலிருந்து எடுத்துப்பயன்படுத்துவதில்லை. மாறாகப் பல்வேறு சூழல்களில் பிறர் பயன்படுத்திய வார்த்தைகளில் இருந்தே எடுக்கிறார்கள் என்கின்றார். அதனால், மொழியில் அமைந்திருக்கும் பேச்சுகளோ, கூற்றுகளோ அனைத்துமே மறைமுக அல்லது பிறர்வழிப் பேச்சுகளே என்கிறார். ஏனென்றால் ஒவ்வொருவரும் எப்பொழுதும் பிறர் மற்ற சூழல்களில் பயன்படுத்திய வார்த்தைகளையே பயன்படுத்து கிறார்கள். இதனால் பொது வார்த்தை என்று ஒன்று கிடையாது. அதேபோல எந்த வார்த்தையும் யாருக்கும் சொந்தமற்றது எனக் கூறமுடியாது என்கின்றார். வார்த்தைகள் மனிதர்களால் பொதுநிலையில் பயன்படுத்தப்பட்டாலும் அவை பிறரிட மிருந்து பெற்றவையாகவே இருக்கின்றன. அதே நேரம் எந்த ஒருவரும் இது தன்னுடைய வார்த்தை என உரிமை

கொண்டாடுவதில்லை. ஏனென்றால் அவரும் பிறரிடமிருந்தே எடுத்துப் பயன்படுத்தியிருப்பார். இப்படி வார்த்தைகள் தொடர்ந்து பிறரின் கொடையாகவே அமைந்திருப்பதனால் எழுத்துகளைக் கோர்த்து வார்த்தைகளை உருவாக்குகின்ற வேலையை எவரும் செய்வதில்லை என்பதை உணரலாம். அதாவது மொழியில் எழுத்துகளைக் கோர்த்து வார்த்தைகளை உருவாக்குகின்ற பணியை எந்த தனிமனிதரும் செய்வதில்லை. மாறாக, மொழிக்குள்ளே வார்த்தைகள் அமைந்துகிடக் கின்றன. அவற்றை எடுத்து மனிதர்கள் தமது தேவைக்கேற்பப் பயன்படுத்திக்கொள்கின்றனர். இதனால் மொழி என்பதே சமூகத்தினால் உற்பத்திச் செய்யப்படுவதாக இருப்பதை உணரலாம்.

மொழியை விளக்கும்போது எழுத்துகள் சேர்ந்து சொற் களையும் சொற்கள் சேர்ந்து தொடர்களையும் உருவாக்குவதாக விளக்கப்படுகின்றது. ஆனால், இவ்வரிசைக்கு எதிர்நிலை யிலேயே மொழி அமைந்திருப்பதைக் காணலாம். இரு மனிதர்களுக்கிடையில் ஓர் உரையாடல் தொடர்பு நிகழும் போது அம்மனிதர்கள் சொற்களைச் சேர்த்து தொடர்களை உண்டாக்குவதில்லை. மாறாகத் தன்னிச்சையாக உருவாகிய தொடர்களால் உரையாடல் தொடர்பை நிகழ்த்துகின்றனர். இந்தத் தொடர்களைப் பேசும் மனிதர்கள் தமது விருப்பத்தி னால் உருவாக்குவதில்லை என்பதையும் அவையும் முன் கூட்டியே மொழியில் அமைந்துகிடக்கின்றன என்பதையும் உணரமுடியும். இதனால் மொழி தொடர்களாகவே இயங்கு கின்றது எனப் புரிந்துகொள்ளலாம். இங்கு ஒரு வசதிக்காகத் தொடர் என்று சுட்டினாலும் தொடராக மொழி இயங்கு வதாகச் சுட்டுவது அடிப்படையில் தவறாகும்.

ஒருவரால் முன்வைக்கப்படுகின்ற பொருண்மைகளே ஒரு தொடரை, அத்தொடரில் அமைகின்ற சொற்களை நிர்ணயிக்கின்றன. அதே நேரம் சொற்பொருண்மைகளின்

அடிப்படையில் மட்டும் தொடர் பொருள் பெறுவதில்லை. ஒரு சொல்லின் இயக்கம் அது பிற சொற்களுடன் கொள்ளும் உறவில் அமைந்திருப்பதைப் போல் தோன்றுகின்றது. அதனாலேயே சொற்களின் இலக்கணப் பொருளை மொழியியல் கவனத்தில் கொள்கின்றது. ஆனால், தனித் தனியாக இருக்கும் சொற்கள் பிற சொற்களுடன் உறவு கொண்டு அதன் மூலம் ஒரு கருத்தை வெளிப்படுத்துவ தில்லை. மாறாக, ஒரு கருத்தினை வெளிப்படுத்துவதற்காகவே சில சொற்கள் ஒன்றிணைகின்றன. அதாவது உரையாடல் செயலின் போதே சொற்கள் இணைகின்றன. இந்த உரையாடல் நிலையிலேயே சொற்களுக்கான பொருள்களும் இலக்கணப் பொருள்களும் உருவாகின்றன. முதலில் ஒரு கருத்துப்பொருள் இரண்டாவதாக உரையாடல் அமைப்பு மூன்றாவதாக, பொருளை உணர்த்துவதற்காகச் சேர்ந்துள்ள சொற்களின் சொற்பொருள் மற்றும் இலக்கணப் பொருள் முதலியவை அமைகின்றன. மூன்றாவதான சொற்பொருள் வெறும் அகராதிப்பொருள்களே ஆகும். இந்த அகராதிப் பொருள் மட்டும் ஒரு தகவல் தொடர்பை நிகழ்த்துவதில்லை. கூற்றுதான் பொருண்மையை, தகவல் தொடர்பை வெளிப்படுத்துகின்றது. ஒவ்வொரு கூற்றும் முந்தைய மற்றும் பிந்தைய கூற்றுகளுக்கிடையிலேயே இயங்கிக்கொண்டி ருக்கிறது. ஒரு கூற்றில் இயங்கும் சொல் அந்தக் கூற்றைச் சார்ந்தே பொருள்பெறுகின்றது.

பக்தின் முன்வைக்கும் இக்கருத்துகளை அப்படியே தொல்காப்பியம் முன்வைக்கவில்லை. ஆனால் மொழியின் உரையாடல் தன்மைகளைக் கவனத்தில் கொண்டே தொல் காப்பியம் இலக்கணம் வகுத்துள்ளதைக் காணமுடிகின்றது. சொல்பவருக்கும் கேட்பவருக்கும் இடையிலான உரைத் தொடர்பில் வெவ்வேறு சொற்கள் வெளிப்படுத்தப்பட்டாலும் அவை பொருள் தொடர்பு சாத்தியங்களை எவ்வாறு தமக்குள்

கொண்டிருக்கின்றன என்பதைத் தொல்காப்பியர் வெளிப்படுத்த முயன்றுள்ளார். சொற்பொருண்மைகளைக் கவனத்தில் கொண்டிருந்தால் சொற்களின் அகராதிப் பொருள்களையும் அவற்றின் பொருண்மை விரிவுகளையுமே தொல்காப்பியம் முக்கியமானவையாகக் கருதியிருக்கும். சொற்பொருண்மைகளைக் கவனத்தில் கொள்ளாமல் உரைத் தொடர்பையே தொல்காப்பியம் கவனத்தில் கொண்டதனால் சொற்களின் உருவாக்கத்தைப் பற்றிப் பேசும் கிளவியாக்கத்தில் பறிமாறப்படும் பொருண்மைகளுக்கு முதன்மையளித்துள்ளது.

உண்மையில் கிளவியாக்கம் என்பது, கிளவிகள் - சொற்கள் உருவாக்கப்படும் விதம் பற்றியதாகத்தானே அமைக்கப்பட்டிருக்கவேண்டும். ஆனால், தொல்காப்பியம் கிளவியாக்கத்தில் பொருண்மைகள் உருவாகும் தன்மையைப் பற்றியே பேசுகின்றது. கிளவியாக்கத்தின் பொருளமைப்பு பற்றிப் பேசும் கு. சுந்தரமூர்த்தி,

> கிளவி – சொல், ஆக்கம் - ஆகி வருதல் எனப் பொருள் கொண்டு இன்னின்ன சொற்கள் இன்ன பொருள் மேல் ஆகிவருவனவாம் என்பதை இவ்வியலில் உணர்த்துதலின் 'கிளவியாக்க மாயிற்று' என்பர் ஒரு சாரார். இனிக் கிளவி – சொல், ஆக்கம் - அமைத்துக்கொள்ளுதல் எனப் பொருள் கொண்டு, சொற்களில் வழுவுடையன இவை, வழுவற்றன இவை எனத் தெரிந்து வழுவற்ற சொற்களை அமைத்துக் கொள்ளுதலின் இவ்வியல் கிளவியாக்க மாயிற்று என்பர் இன்னொரு சாரார். சேனாவரையர் இவ்விரு கொள்கைகளையும் ஏற்பர் (1996 :36)

எனச் சுட்டுகின்றார். இங்குச் சொற்கள் ஆகிவருதலைவிட பொருள்கள் சொற்களின் மேல் ஆகிவருதல் முதன்மைப் படுத்தப்படுவதைக் கவனிக்கலாம். ஓர் உரையாடலில்

பொருள் தொடர்பே முக்கியம் என்பதனால் பொருள் தொடர்பை ஏற்படுத்தக்கூடிய சொற்களைக் கவனத்தில் கொண்டு மொழியின் அமைப்பைத் தொல்காப்பியம் விவரித்துள்ளது. சொற்களில் வழுவுடையன வழுவற்றன என்பவை அவை கொள்ளும் பொருள் தொடர்பானவையே ஆகும்.

அன்றாடவாழ்வில் நிகழ்த்தப்படும் உரைத்தொடர்பு களில் சூழலுடன் நேரடியாகத் தொடர்பற்றவைபோன்ற சொற்கள் 'குறிப்புகளாக' நின்று பொருள் தருவதைக் காணலாம். இவை நேரடியாகச் சுட்டப்படும் சொற்களின் பொருண்மை களைவிடப் பல நேரங்களில் வலிமையானவையாக இருக்கும். இத்தகைய சொற்களைத் தவிர்த்துவிட்டு ஓர் உரைத்தொடர்பினை மேற்கொள்ள முடியாது. சிலசொற்கள் வழுக்களைப் போலத் தோன்றினாலும் ஓர் உரைத்தொடர்பை சுவாரஸ்யமானவையாக மாற்றுகின்றன. இவற்றைத் தொடர்பற்றவையாகக் கருதி உரைத்தொடர்பில் இருந்து நீக்கிவிட முடியாது. ஏற்றுக்கொண்டே தீரவேண்டும் என்பத னால் இலக்கணிகள் தொடர்பற்றவையாகத் தோன்றும் இச்சொற்களை வழுவமைதிகளாக முன்வைத்துள்ளனர். இதனாலேயே, முந்தைய இலக்கண எழுதுமுறையைப் பின் பற்றும் தொல்காப்பியம் கிளவியாக்கத்தில் வழுவமைதி களைப் பற்றி மிகுதியாகப் பேசுகின்றது. திணை வழுவமைதி, பால் வழுவமைதி, இட வழுவமைதி, கால வழுவமைதி, செப்பு வழுவமைதி, வினா வழுவமைதி, மரபு வழுவமைதி முதலியவை தொல்காப்பியக் கிளவியாக்கத்தில் முதன்மைப் படுத்தப்படுகின்றன. இவ்வழுவமைதிகள் சொல் நிலையில் இல்லாமல் உரைத்தொடர்பு நிலையில் அமைந்திருப்பதை எளிதில் உணரலாம்.

உயர்திணை என்மனார் மக்கட் சுட்டே
அஃறிணை என்மனார் அவரல பிறவே

ஆயிரு திணையின் இசைக்குமன சொல்லே
(தொல். சொல். 1)

என்ற கிளவியாக்க முதற் நூற்பா உயர்திணை, அஃறிணை என்பவற்றைச் சுட்டி சொற்கள் இவ்விரு திணையிலும் அமையும் என்கின்றது. இந்நூற்பாவுக்கு விளக்கமளிக்கும் சேனாவரையர் "மக்களென்று கருதப்படும் பொருளை ஆசிரியர் உயர்திணையென்று சொல்லுவர்; மக்களென்று கருதப்படாத பிறபொருளை அஃறிணையென்று சொல்லுவார்; அவ்விரு திணை மேலும் சொற்கள் நிகழும் என்றவாறு. எனவே, உயர்திணைச் சொல்லும் அஃறிணைச் சொல்லும் எனச் சொல் இரண்டு என்றவாறாம்" என்கின்றார். இரண்டு திணைகளைச் சுட்டி அவற்றின் மேல் சொற்கள் நிகழும் எனத் தொல்காப்பிய நூற்பாவின் பொருளைச் சரியாகச் சுட்டிய சேனாவரையர், ஏனோ சொல்லை உயர்திணைச் சொல் அஃறிணை சொல் என இரண்டாகப் பிரித்துவிடுகின்றார். இதன் மூலம் சொல்லே இரண்டாக இருப்பது போன்ற தோற்றத்தை ஏற்படுத்திவிடுகின்றார். ஆனால், அடிப்படையில் எந்தச் சொல்லும் உயர்திணையாகவோ அஃறிணயாகவோ இருப்பதில்லை; உயர்திணையைச் சுட்டுவதாகவும் அஃறிணையைச் சுட்டுவதாகவுமே இருக்கின்றது எனத் தொல்காப்பியர் சுட்டுகின்றார். மேலும் இவ்விருதிணைகளிலும் சொல் (ஒரே சொல்கூட) இசையும் என்கின்றார். இத்திணையைச் சுட்டும் பணியைச் சொற்கள் தனித்து அல்லாமல் உரைப் போக்கிலேயே மேற்கொள்ளுகின்றன. அதற்கு இலக்கணக் கூறுகள் அடிப்படையாக இருப்பதைக் காணலாம்.

உரையாசிரியர்கள் சுட்டுவதைப் போன்று மக்கள் என்பது உயர்திணை என்றால், சொல் அளிக்கும் பொருள் உயர்திணையாக இருக்கின்றது; அல்லது வழக்காற்றில் உயர்திணை யாகக் கருதப்படுகின்றது என்று பொருள். இதனால் உயர்திணை, அஃறிணை என்பது சொல் நிலையில் அல்லாமல்

கருத்து அல்லது பொருள் நிலையிலேயே திணையைக் குறிக்கின்றது என்பதை அறியலாம். ஆடு மாடுகளை மேய்க்கும் பணியைச் செய்யும் ஒருவர், தன்னுடைய நண்பரிடம் 'என் மக்களை ஓட்டிக்கொண்டு வருகின்றேன்' எனச் சொல்லலாம். இங்கு மக்கள் எனும் உயர்திணைச் சொல் ஆடு மாடுகளையே அதாவது அஃறிணைகளைக் குறிக்கின்றது. அதே போல் ஒருவர் 'மக்களை ஓட்டிக்கொண்டு வருகின்றேன்' எனத் தன் குழந்தைகள் அல்லது நண்பர்களை அழைத்துக்கொண்டு வருவதைச் சுட்டலாம். ஓட்டு எனும் பிறவினைச் சொல் உயர்திணைக்கு ஆகிவருகின்றது. மக்கள், ஓட்டு எனும் சொற்களின் திணைகள் அச்சொற்களுடன் இணைந்திராமல் உரைத்தொடர்பில் பயன்படுத்தப்படும் முறைகளினால் மாறி அமைகின்றன. இதனால் சொல்லின் திணை, அது கொள்ளும் அகராதிப்பொருளில் இல்லாமல் உரைக்கோவையில் பெறும் பொருளில், அச்சொல் இசைக்கப்படும் தன்மையில் அமை வதைப் புரிந்துகொள்ளலாம். இங்கு நாம் ஒரு சொல்லின் அகராதிப் பொருளையும் உரைத்தொடர்பில் பெறும் பொருளையும் வேறுபடுத்திப் பார்க்கின்றோம். தொல் காப்பியம் அகராதிப் பொருளை முதன்மைப்படுத்தாமல் உரைத்தொடர்பில் பெறும் பொருளையே முதன்மைபடுத்து கின்றது. அதனாலேயே சொல்லை ஒருமையாகவும் அது இசைக்கப்படும் தன்மையை உயர்திணை, அஃறிணை என இரண்டாகவும் சுட்டுகின்றது. இதன் மூலம் சொற்களின் இயக்கம் பன்மைத் தன்மையுடன் இருப்பதையும் சொற்கள் கொள்ளும் பொருள் அது அமைந்து வரும் உரையாடல் சூழலிலேயே இருப்பதையும் காட்டுகின்றது. பொருண்மையை வெளிப்படுத்தும் மொழித் தொகுதிகளே, (தனிச்சொற்கள் அல்ல) உரையமைப்பினை வழி நடத்துகின்றன. இப் பொருண்மை தொகுதிகளே உரையமைப்பிற்கு அடிப்படை யாக அமைவதாகச் சுட்டும் பக்தின் இவற்றைக் கூற்று என விளக்குகின்றார். "ஆயிரு திணையின் இசைக்குமன சொல்லே"

என்ற தொல்காப்பியரின் நூற்பா, சொல்லைவிடச் சொல்லின் உரையாடல் அமைப்புக்கு முக்கியத்துவம் அளிப்பதைப் புரிந்து கொள்ளலாம்.

செப்பும் வினாவும் வழாஅல் ஓம்பல் (13) என்ற நூற்பாவைத் தொல்காப்பியர் முன்வைப்பதன் நோக்கம் செப்பாக இருந்தாலும் வினாவாக இருந்தாலும் உரையாடல் தொடர்பிலேயே பொருள் பெறுகின்றன என்பதே ஆகும். வழக்கத்தில் இருந்து மாறாமல் புரிந்துகொள்ளப்பட்டால் மட்டுமே உரையாடல் சாத்தியமாகும். வழக்கிற்கு மாறாக, சொல்லுக்குரிய பொருளை மட்டும் தனித்துப் புரிந்து கொண்டால் உரைத்தொடர்பில் இடையூறு ஏற்படும் என்பதையே தொல்காப்பியர் இந்நூற்பாவில் சுட்டுகின்றார்.

பக்தின், "இயல்பாக மொழி மனிதச் செயல்பாடு களுக்கிடையிலேயே இயங்கிக் கொண்டிருக்கின்றது. அது (மொழி) வாய்மொழியாகவும் எழுத்துவடிவிலும் அமைந்த பல தனித்தன்மையுடைய பருண்மையான கூற்றுகளால்தான் உணரப்படுகின்றது. இக்கூற்றுகள் உள்ளடக்கத்தாலும் மொழி யியல் நடையாலும் மொழியின் குறிப்பிட்ட நிலையை வெளிப்படுத்துகின்றன. இக்கூற்றுகள் குறிப்பிட்ட நிலையை மட்டுமின்றி அந்த நிலையை மீறி அதை ஒத்த தளங்களையும் பல நேரங்களில் பிரதிபலிக்கின்றன" எனச் (2007: 60) சுட்டுகின்றார். மேலும், இத்தகைய கூற்றுகளில் மட்டும் மொழி அடங்கிப் போவதில்லை என்றும் சொற்களின் தேர்வு (Selection of lexical), சொற்பயன்பாட்டுப்பாங்கு (phraseological), மொழியின் இலக்கண வளங்கள் ஆகியவற்றைத் தாண்டி மொழி பல்வேறு உரையாடல் தளங்களுடன் (compositional structure) ஓர் அமைப்பில் இயங்குகின்றது என்றும் சுட்டு கின்றார்.

சொற்களின் தேர்வு, சொற்பயன்பாட்டுப்பாங்கு, மொழி யின் இலக்கண வளங்கள் ஆகியவற்றை ஒரு கூற்று கொண்டி

ருந்தாலும் அதற்குள் அமைந்திருக்கும் உள்ளடக்கக் கருத்து *(thematic content),* மொழிநடை *(style),* உரையாடல் தளங்களின் அமைப்பு *(compositional structure)* ஆகியவையும் முக்கிய மானவை என்பதைப் பக்தின் சுட்டுகின்றார். இக்கூற்றுகள் தொடர்புறுத்தல் எல்லையின் *(communication sphere)* குறிப்பிட்ட இயல்பினாலும் நிர்ணயிக்கப்படுகின்றன. ஒவ்வொரு கூற்றும் தனித்தன்மையானது. ஆனால், ஒவ்வொரு படிநிலையில் *(sphere)* பயன்படுத்தப்படும் மொழியும் சுட்டும் இந்நிலைத்த தன்மை என்பது ஒப்பீட்டளவிலான நிலைத்த தன்மையாகும் *(2007: 60)* என்கிறார். இதன் மூலம் பக்தின், கூற்றுகள் நிலைத்த தன்மையுடையவை அல்ல என்பதைச் சுட்டுகின்றார். அதாவது ஒவ்வொரு கூற்றுக்கும் வரையறுக்கப்பட்ட சொற்களோ, சொற்பயன்பாட்டுப்பாங்கோ, தனிப்பட்ட மொழிநடையோ ஏதும் இல்லை. கூற்றுகள் உள்ளடக்கக் கருத்து, மொழிநடை, உரையாடல் அமைப்பு ஆகியவற்றுடன் இணைந்திருந்தாலும் இம்மூன்றும் எப்பொழுதும் ஒரே நிலையில் அமைந்திருப்ப தில்லை. இவை மாறக்கூடியவை என்பதனால், இம்மூன்றின் அடிப்படையில் ஒரு கூற்று நிலைகொண்டிருந்தாலும் இறுக்க மாக நிலைத்திருப்பதில்லை. உள்ளடக்கக் கருத்து, மொழி நடை, உரையாடல் அமைப்பு எனும் இம்மூன்றில் அடிப்படை யாக அமைந்திருப்பது உள்ளடக்கக் கருத்தே ஆகும். இதனால் ஒரு கூற்றை அறிய உள்ளடக்கக் கருத்தை அடிப்படையாகக் கொள்ளலாம். ஒரு உள்ளடக்கக் கருத்து வெவ்வேறு மொழி நடையில் வெவ்வேறு உரையாடல் அமைப்பால் சுட்டப்பட லாம். இந்த உரையாடல் அமைப்பின் மாறுபாட்டையே தொல்காப்பியம் செப்பு வழுவமைதி, வினா வழுவமைதியில் வெளிப்படுத்துகின்றது. வேறு அமைப்பில் உரையாடல் நிகழ்ந்தாலும்; கூற்று ஒரு பொருண்மை சார்ந்ததாகவே அமை வதனால் தகவல் தொடர்பு சாத்தியப்படுகின்றது. இது போன்று தொகுதியாக இயங்குகின்ற ஒரு கருத்தைக் கூற்று என்று

பக்தின் சுட்டுகின்றார். இக்கூற்றுகளே உள்ளடக்கக் கருத்து, மொழிநடை, உரையாடல் அமைப்பு ஆகியவற்றால் அமைகின்றன என்கின்றார். இவ்வாறு கருத்துகளை முன்வைக்கும் கூற்றுகளுக்குத் தமிழிலக்கியங்களிலிருந்து பல எடுத்துக் காட்டுகளை அளிக்க இயலும்.

விருந்தாகச் சென்ற இடத்தில், அவ்வீட்டில் உள்ளோர் எதைக் கொடுத்தாலும் மறுக்காமல் பெற்று உண்ண வேண்டும் என்பது தமிழ் மொழியில் வழங்கும் ஒரு நிலைத்த கூற்றாகும். இதனைச் சங்க இலக்கியங்கள் தொடங்கிப் பிற்கால அற இலக்கியங்கள் வரையிலான அனைத்து இலக்கியங்களும் சுட்டுகின்றன. கொடுக்கப்பட்டது விஷமென்று அறிந்தும் அதனை உட்கொள்ளும் பல பாத்திரங்களை நமது புனைவுகளில் காணலாம். கொடுக்கப்பட்டது விஷமாக இருந்தாலும் மறுக்காமல் ஏற்று உண்ண வேண்டும் என்ற இக்கூற்று தமிழில் பல்வேறு மொழிநடைகளாலும் உரையாடல் அமைப்புகளாலும் தொடர்ந்து வெளிப்படுத்தப்பட்டிருப்பதைக் காணலாம். இக்கருத்தை நற்றிணை,

முந்தையிருந்து நட்டோர் கொடுப்பின்
நஞ்சும் உண்பர் நனிநாகரிகர் (நற்.355:6,7)

என்று சுட்டுகின்றது. இதே கருத்தைத் திருக்குறள்

பெயக்கண்டும் நஞ்சுண்டமைவர் நயத்தக்க
நாகரிகம் வேண்டுபவர் (குறள்.580)

என்று சுட்டுகின்றது. இவ்விரு பாடல்களில் உள்ள உள்ளடக்கக் கருத்து ஒன்றுதான். ஆனால், மொழிநடையும் உரையாடல் அமைப்பும் வேறுபடுகின்றன. இவற்றில் மொழிநடை எழுத்தாளரின் நடை சார்ந்ததாகும். இன்று இதே கருத்து "விஷத்தை(யே) கொடுத்தாலும் குடிக்கவேண்டும்" என்று பயன்படுத்தப்படுவதைக் காணலாம்.

நஞ்சு என்ற சொல் பண்டைய இலக்கியங்களில் பயன்படுத்தப்பட்டதைப் போன்று இன்று விஷம் என்ற சொல் பயன்படுத்தப்படுகின்றது. நஞ்சு என்ற சொல் தொடர்ந்து வருவதனால் நஞ்சின் சொற்பொருள் உரையாடல் அமைப்பில் முக்கியத்துவம் உடையதைப் போல் தோன்றுகின்றது. நாகரிகத்தின் உச்சத்தைக் குறிப்பதற்காக மட்டுமே நஞ்சு என்ற சொல் பயன்படுத்தப்பட்டுள்ளது. இச்சொல்லைப் பயன் படுத்தாமல் "எதைக்கொடுத்தாலும் குடிக்கவேண்டும். அதுவே நாகரிகத்தின் வெளிப்பாடு" என உரைத்தொடர்பை அமைக்கலாம். இதனால் சொற்பொருளை விடச் சொற்கள் பயின்று வரும் உரையாடல் அமைப்பே முக்கியமானது என்பதை உணரலாம். சுட்டப்படுகின்ற கருத்து எழுத்தாளரின் தனிப்பட்ட கருத்தாக அன்றிச் சமூகத்தின் கருத்தாக இருப்பதைக் கவனிக்கலாம். இக்கருத்தையே சமூகக் கூற்றாகப் பக்தின் சுட்டுகின்றார். மேலும், சொற்களின் பொருண்மைச் சூழல்களைச் சமூக, வரலாற்று நிலைகளே முடிவு செய்கின்றன. இவையே வழு, வழுவமைதிகளாகத் தொல்காப்பியர் உள்ளிட்ட இலக்கண ஆசிரியர்களால் சுட்டப்படுகின்றன.

நீண்ட உரைப்போக்கிற்கு இடையில் அவ்வுரை அமைப்புடன் இணைந்தே ஒரு கருத்து சுட்டப்படுகின்றது. மொழி அமைப்பில் இது போன்ற ஏராளமான கருத்துகள் அமைந்திருப்பதைக் காணலாம். திருக்குறள் சுட்டும் பல கருத்துகளை இந்த அடிப்படையில் விளக்கலாம். பக்தின் இவற்றைக் கருத்துகளாகப் பார்க்காமல் மொழித்தத்துவயியல் நோக்கில் கூற்றுகளாகப் பார்க்கின்றார். பக்தினின் கருத்துப்படி வெளிப்படுத்தப்படும் ஒரு கருத்து அல்லது கூற்று மொழியில் முன்பே இருக்கின்ற ஒரு கருத்து அல்லது கூற்றே ஆகும். இத்தகைய பல கூற்றுகளாலேயே ஒரு மொழி கட்டமைக்கப்பட்டிருக்கின்றது. தொல்காப்பியம் சுட்டும் வழுவமைதிகளில் சொற்பொருண்மைகளைத் தாண்டிய உரை யாடல் அமைப்பிருப்பதைப் பார்க்கமுடிகின்றது. இக்கூற்று

களை நாம் எடுத்துப் பயன்படுத்திக் கொண்டிருக்கின்றோம். தொல்காப்பியக் கிளவியாக்கத்தில் சுட்டப்படும் பல கருத்து கள் மொழியில் அமைந்திருக்கின்ற நிலைத்த கூற்றுகளாகவே இருக்கின்றன.

தொல்காப்பியர் மொழித் தத்துவயியல் கூறுகளை உள் ளடக்கியே சொற்களை விளக்கிச் செல்கின்றார். அதனாலேயே கிளவியாக்கத்தில் திணை பாகுபாடு, பால் பாகுபாடு, பால் ஈறுகள், சொற்களில் அவற்றின் நிலை, பெயர்வினை இயைபு, வினா செப்பு வாக்கிய அமைப்புகள், வழுவமைதிகள், மூவிடங்களுக்கும் உரிய சொற்கள் என உரைப்போக்கிற்கு முதன்மை அளித்து விளக்கியுள்ளார். மேலும், சொற்கள் பயன்படுத்தப்படும் கருத்தெல்லையின் முக்கியத்துவத் தையும் தொல்காப்பியர் சுட்டியுள்ளார். இக்கருத் தெல்லையை நாம் வகைமை எனப் புரிந்துகொள்ளலாம். வகைமைக்கேற்றாற் போல் சொற்கள் உரையமைப்பைப் பெறுவதைத் தொல்காப்பியர் விளக்கிச் செல்வதை,

இனச்சுட்டில்லாப் பண்புகொள் பெயர்க்கொடை
வழக்கா றல்ல செய்யுளாறே. *(தொல். சொல்.18)*

ஒருவரைக் கூறும் பன்மைக்கிளவியும்
ஒன்றனைக் கூறும் பன்மைக் கிளவியும்
வழக்கினாகிய உயர்சொற் கிளவி
இலக்கண மருங்கிற் சொல்லா றல்ல
(தொல். சொல்.27)

முற்படக் கிளத்தல் செய்யுளுள் உரித்தே
(தொல். சொல்.39)

என்ற நூற்பாக்களில் காணலாம். வழக்காறு, செய்யுள், இலக்கணம் எனச் சொற்கள் பயன்படுத்தப்படும் வகைமைகள் சுட்டப்படுகின்றன. இவ்வகைமைகள் சொற்களின் இயக்கத்தை நிர்ணயிப்பதாகத் தொல்காப்பியர் குறிப்பிடு கின்றார். தொல்காப்பியரைப் போலவே வகைமையைச்

சார்ந்து கூற்றுகள் இயங்குவதை மிகெய்ல் பக்தின் பேச்சு வகைமைகள் *(Speech Genres)* பற்றிய தமது கட்டுரையில் விரிவாகப் பேசியுள்ளார். மிகெய்ல் பக்தினைப் போல் மொழித்தத்துவயியல் சார்ந்த கருத்துகளைத் தொல்காப்பியர் நேரடியாகச் சுட்டாது போனாலும் மொழியின் அமைப்பு பற்றிய கருத்துகளை மொழித்தத்துவயியல் பின்னணியிலேயே சொல்லிச் செல்கின்றார் என்பதைக் கிளவியாக்கத்திலேயே உணர்ந்துகொள்ள முடிகின்றது. இதனால் தொல்காப்பிய மொழியியல் என்பது மொழித்தத்துவயியலையும் உள்ளடக்கியதே என்பதை உணர முடிகின்றது.

பார்வைகள்

- *1996:* தொல்காப்பியம் - சொல்லதிகாரம் *(சேனாவரையம்)*, அண்ணாமலைப் பல்கலைக் கழகம், அண்ணாமலை நகர்.
- *2008:* தமிழவன், அமைப்பியலும் அதன் பிறகும், திருச்சி,: அடையாளம்.
- *1994: Morris. Pam (Ed.), The Bakhtin Reader: Selected Writings of Bakhtin, Medvedev and Voloshinov, London: Arrnold.*
- *1999 : Ramasamy. P., The Fiction of Philip Roth A Bakhtinian Study, Pondicherry: Busy Bee Books.*
- *2007: Bakhtin. M.M., Speech Genres & Other Late Essays, Vern W. MLGEE (Trans.), Austin: University of Texas Press.*

2

பெருநிலத் தமிழ் அடையாளமும் தொல்காப்பியமும்

இந்தியா என்னும் நாட்டுக் கட்டமைப்பு அரசியல் ரீதியாக ஆங்கிலேயர்களின் வரவுக்குப் பிறகே நிகழ்ந்தது. விடுதலை இயக்கம் சார்ந்து உருவாக்கப்பட்ட இந்திய பண்பாடு என்னும் கருத்தாக்கத்தில் அரசியல் நோக்கமே மிகுந்திருந்ததை உணரலாம். இக்கருத்தாக்க உருவாக்கத்தில் இரண்டு விதமான செயல் திட்டங்கள் இருந்தமையைக் காணமுடிகின்றது.

1. தேசிய இனங்கள் தத்தமது அடையாளங்களுடன் ஒன்றிணைந்து ஒரு தேசமாக மாறுவது.

2. தேசிய இனங்களின் பன்முக அடையாளங்களை மறுத்து ஒற்றை அடையாளத்தில் நிறுத்துவது.

இந்த இரண்டு செயல்திட்டங்களில் இரண்டாவது செயல்திட்டமே இந்திய அரசியலாளர்களால் வெகுவாக முன்னெடுக்கப்பட்டது. ஒற்றை அடையாளக் கட்டமைப் பிற்குச் சமஸ்கிருதமும் இந்து மதமும் முதன்மையான பங்கினை ஆற்றின. இந்திய பண்பாடு என்னும் கருத்தாக்கத்திற்கு எதிராகத் தமிழர், தமிழ்ப்பண்பாடு என்கிற மொழி சார்ந்த அடையாளங்கள் தனித்தமிழ், திராவிட

இயக்கம் சார்ந்து முன்வைக்கப்பட்டன. இதனைக் கா.சிவத்தம்பி *(1994:3)*,

> தமிழைத் தாய்மொழியாகக் கொண்ட மக்கள் – அவர்கள் வெவ்வேறு மதத்தினராகவிருக்கலாம். வெவ்வேறு நாட்டினராகக் கூட இருக்கலாம் – ஒரே பண்பாட்டினை உடையவர்களாகக் கொள்ளப் படும் நோக்கு கடந்த *50, 60* வருட கால எல்லைக்குள்ளேயே தோன்றியது. தமிழ்ப் பண்பாட்டை இவ்வாறு விளக்கிக்கொண்டு இனத் தனித்துவத்துக்கான அடிப்படையாகக் கொள்ளும் இப்பண்பு மேற்குலகின் தொடர்பால், ஆட்சித் தொடர்பால், கல்வி முறையால், கருத்துப் பரவலால் ஏற்பட்டது என்பது வரலாற்றுண்மை யாகும்

என்கிறார். தமிழக வரலாற்றில் வெவ்வேறு நாட்டு எல்லையில் வாழ்ந்த மக்களை, மொழி சார்ந்த அடையாளங்களால் ஒன்றிணைக்கும் முயற்சி தொடர்ந்து நடந்துள்ளமையைக் காண முடிகின்றது.

சிலப்பதிகாரத்தில் கதைப்போக்கில் வெளிப்படையாகக் காணப்படும் இக்கருத்து சங்க இலக்கியத்திலேயே அமைந்தி ருப்பதைக் காணலாம். பண்டைய அரசு உருவாக்கத்துடன் இணைந்தே மொழி சார்ந்த அடையாளங்களும் உருவாக்கப் பட்டுள்ளமையைக் காணமுடிகின்றது. சங்கப்பாடல்கள் சில வற்றில் தமிழ் மொழி சார்ந்த அடையாளங்கள் உருவாக்கப் பட்டுள்ளதைக் காணமுடிகின்றது.

> இமிழ் கடல் வளைஇய ஈண்டு அகல் கிடக்கை
> தமிழ் தலை மயங்கிய தலையாலங்கானத்து *(புறம் .19:1- 20)*

> இமிழ் குரல் முரசம் மூன்றுடன் ஆளும்.
> தமிழ் கெழு கூடல் தண் கோல் வேந்தே *(புறம்.58:12-13)*

கூடல், தலையாலங்கானம் எனும் வெவ்வேறு நாட்டு எல்லையில் அமைந்த ஊர்கள் தமிழுடன் இணைக்கப்படு கின்றன. இதன் அடுத்த கட்டமாக, வெவ்வேறாகப் பிரிந்திருந் தாலும் அரசுகளுக்குத் தமிழ் என்ற மொழி சார்ந்த அடையாளம் அளிக்கப்படுகின்றது.

மண் திணி கிடக்கை தண் தமிழ் கிழவர்.
முரசு முழங்கு தானை மூவர் உள்ளும் (புறம். 35: 3,4)

மூவேந்தர்களுடனும் தமிழ் இணைத்துச் சுட்டப்படு கின்றது. இந்தப் போக்கின் நீட்சியைச் சிலப்பதிகாரத்தில் காணலாம்.

சிலப்பதிகாரம் தமிழ் மொழி சார்ந்த அடையாளத்தைப் பேரரசுகளின் வழியாகக் கட்டமைக்க முயற்றுள்ளது. இளங்கோவடிகள் சிலப்பதிகாரத்தில் இனக்குழுத் தலைமை வடிவங்களைப் புறக்கணித்து பேரரசுகளை முன்னிறுத்து கின்றார். தமிழ் மொழி சார்ந்து வேந்தர்களை இணைக்க முயலும் இளங்கோவடிகள் தமிழ் அடையாளத்திற்கு வெளி யில் இனக்குழு, குறுநில மன்னர்களை நிறுத்துவதற்கு முயல்வதைக் காணமுடிகின்றது. பெரு வேந்தர்களைச் செங்கோன்மையர்களாகவும் குறுநில மன்னர்களைக் கொடுங்கோன்மையராகவும் நிறுத்தும் முயற்சியை,

அரைசுகெடுத் தலம்வரு மல்லற் காலை
கறைகெழு குடிகள் கைதலை வைப்ப
வறைபோகு குடிகளொ டொருதிறம் பற்றி
வலம்படு தானை மன்ன ரில்வழிப்
புலம்பட விறுத்த விருந்தின் மன்னரிற்
றாழ்துணை துறந்தோர் தனித்துய ரெய்தக் (சிலம்பு.4: 8-13)

என்ற சிலப்பதிகார அடிகளில் காணமுடிகின்றது. அதே நேரம் அரசு வேறுபாடுகளைக் கடந்து தமிழ் அரசு என்ற முழுமையை வடநாட்டு அரசுகளுக்கு எதிராகக் கட்டமைப்பதை,

தமிழ்வரம் பறுத்த தண்புன னன்னாட்டு
மாட மதுரையும் பீடா ருறந்தையுங்
கலிகெழு வஞ்சியு மொலிபுனற் புகாரு *(சிலம்பு.8: 2-4)*
வடதிசை மருங்கின் மன்னர்க் கெல்லாம்
தென்றமிழ் நன்னாட்டுச் செழுவிற் கயற்புலி
மண்ணலை யேற்ற வரைக லீங்கென *(சிலம்பு. 25: 170 – 172)*

என்பதால் அறியலாம். அரசியல் கருத்தாகச் சிலப்பதிகாரத்தில் வெளிப்படும் இக்கருத்துகள் பண்டைய தமிழ்க் கவிதை யியலில் அமைந்திருப்பதைக் காணலாம். தொல்காப்பியத்திலும் சங்க இலக்கியத்திலும் தமிழ் ஓர்மைக் கருத்தாக்கம் அமைந் திருப்பதைக் காணமுடிகின்றது. இவை கட்டமைக்கின்ற தமிழ் அடையாளம் நிலத்துடனே பேரளவு சார்ந்திருந்தாலும் அதற்குள் ஓர் உள் அரசியலும் இயங்கியுள்ளது. இக்கட்டுரை தொல்காப்பியத்தை முன்வைத்து அது கட்டமைக்கும் நிலம் சார்ந்த தமிழ் அடையாளத்தை ஆராய முனைகின்றது.

முழுமையை முன்னிறுத்துகின்ற பேரடையாளங்கள் அனைத்தும் விளிம்பு நிலையினரைப் புறக்கணித்தே உரு வாக்கப்படுகின்றன. அதிகாரம் கொண்ட குழுக்களின் கருத் தாக்கங்களே மையத்தில் அமைந்து பிற கருத்தாக்கங்களை மௌனமாக்குகின்றன. மையத்தில் இயங்கும் ஆதிக்கச் சாதியினரின் அடையாளங்களே ஒட்டு மொத்த மக்களுக்கான அடையாளமாக– ஒற்றைப் பெரு அடையாளமாகக் கட்டமைப் படுவதாக விளிம்புநிலை மக்கள் குறித்த சிந்தனைகளும் பின் நவீனத்துவச் சிந்தனைப் போக்குகளும் அறிவிக்கின்றன. இன்று நிலவியல் எல்லைகளைத் தாண்டிப் பல்வேறு மொழி, புவியியல், தட்டவெட்பச் சூழல்களுக்குள் இயங்க வேண்டிய நிர்ப்பந்தத்திற்குத் தமிழர்கள் உள்ளாகியுள்ள நிலையில் தமிழ் அடையாளம் என்பது பன்முகத் தன்மையுடையதாக மாற்றம் பெறவேண்டிய தேவையும் இத்தகைய சிந்தனைப் போக்கு களின் வளர்ச்சிக்கு அடிப்படையாக அமைந்துள்ளன.

இச்சிந்தனைப் போக்குகளின் அடிப்படையாகத் தமிழ்ப் பண்பாட்டை, தமிழ் அடையாளத்தை ஓர் ஒழுங்கமைவுக்குள் கொண்டுவர முனைந்த தொல்காப்பியத்தை ஆராய்வதும் தேவையாகின்றது.

பண்பாடு என்பது மொழி, இனம், நில எல்லை, அரச பரப்பு ஆகியவற்றின் ஊடாகக் கட்டமைக்கப்படுகின்றது. இதனால் பண்பாட்டை விளக்கும் மானிடவியலாளர்கள் "பண்பாடு எனும் கருத்தாக்கம் மக்களின் அறிவு சார்ந்த நிலையில் ஏற்படும் எண்ணற்ற கருத்து வடிவங்களின் (abstract) படிநிலைகள் மூலம் வெளிப்படுவதால் பண்பாடு என்ற சொல்லை மிகத் தெளிவாக வரையறுப்பது இயலாததாகிறது" எனக் கூறி பண்பாட்டைப் பண்பாடு 1, பண்பாடு 2, பண்பாடு 3 என விளக்குகின்றனர். இவற்றில் பண்பாடு 1 என்பது ஒரு தனிமனிதரின் பண்பாடாகும். ஒவ்வொரு மனிதரும் தனக்கான பண்பாட்டைக் கொண்டிருக்கின்றார். இரு மனிதர்கள் ஒத்த பாங்கினைப் பெற்றிருப்பதில்லை என்பதை இது குறிக் கின்றது. பண்பாடு 2 என்பது தனிமனிதன் என்ற வட்டத்தைக் கடந்து இரண்டுக்கு மேற்பட்டவர், சிறு குழு என்ற அளவில் அமைகிறது. இது பெரும் பண்பாட்டின் உட்பண்பாடாக (Sub – Culture) விளங்குகின்றது. பண்பாடு 3 என்பது ஒரு சமுதாயத்தின் அல்லது பெரும் பகுதியின் (நாடு) முதன்மைப் பண்பாடாகும் (Dominant Culture). இது அனைத்துத் தனி மனிதர்கள், உட்குழுவினராலும் பகிர்ந்து கொள்ளப்படுவன வாகவும் புரிந்துகொள்ளக் கூடியனவாகவும் இருக்கும். அதனாலேயே பண்பாடு என்பது அனைவராலும் பகிரிந்து கொள்ளப்பட்டது (Culture is shared) என்றும், கற்றுணரப்பட்டது (Culture is learnt) என்றும் கூறப்படுகின்றது (1990 157,158) எனும் மானிடவியல் கருத்துகள் பண்பாட்டை ஒரு கருத்தாக்கமாகக் கூறுகின்றன. இவை படிநிலை அமைப்பில் மேல், கீழ் அமைப்பில் அமைந்துள்ளன. இவற்றில் சில கருத்துகள்

மட்டுமே ஆதிக்கம் செலுத்துபவையாக, பொதுவாக ஏற்கத் தக்கவையாக அமைகின்றன. இவற்றிற்கு எதிரான முரண்பட்ட கருத்துருவங்கள் புறந்தள்ளப்படுகின்றன; அல்லது உட்செறிக்கப்பட்டுக் காணாமல் அடிக்கப்படுகின்றன. இதனை நிக்கோஸ் பௌலண்ட்சாஸ் (1991:5,19), கருத்துருவம் என்பது சமுதாயத்துள் செயல்படு வோரின் பழக்க வழக்கங் களாக வாழ்க்கை முறையாக விரவியுள்ள ஒன்று... குறிப் பிட்டதொரு சமுதாயத்தில் மேலாதிக்கம் செலுத்தும் கருத்துருவமானது அச்சமுதாயத்திலுள்ள வர்க்கங்களுக்கிடை யிலான உறவுகளிலுள்ள அதிகாரம் பற்றியதாகும். அதாவது, அச்சமுதாய அமைப்பிலுள்ள நிறுவனங்களிலும் இயந்திரங் களிலும் மேலாதிக்கம் செலுத்தும் கருத்துருவமானது, இதர கருத்துருவங்களையும் கருத்துருவக் கூறுகளையும் தனது ஆதிக்கத்துள் வெற்றிகரமாகக் கொண்டுவரும்போதுதான் உருவாகிறது எனவும் விளக்குகிறார்.

மானிடவியல் சுட்டும் முதன்மைப் பண்பாடு (Dominant Culture) ஒரு சமூகத்தின் ஒட்டுமொத்தப் பண்பாடாக வெளிப் படும் போது உட்குழுக்களின், உதிரிகளின் மாறுபாடுகளை (Variables), பன்முகத் தன்மைகளைக் கணக்கில் கொள்வ தில்லை. இந்தப் பண்பாடு, அடையாளக்கட்டமைப்பில் நுண்மையாகச் செயல்பட்டுக்கொண்டே இருக்கிற அதிகார அரசியல் முழுமைக்கு எதிரான எவற்றையும் தனித்து இயங்க அனுமதிக்காமல் அவற்றிற்கும் தனது அடையாளத்தை அளித்துத் தனது கட்டுப் பாட்டில் வைத்துக்கொள்கின்றது. இதனைத் தொல்காப்பியம் கட்டமைக்கும் தமிழ் அடை யாளத்தில் காணமுடிகின்றது.

அறிவியல் யுகமும் தேவைகளும் மனிதனை, அவனுடைய மொழியை, மொழி வயப்பட்ட அவன் மனத்தை மூல நிலத்திலிருந்து பிரித்திருந்தாலும் அகவயமாக அவன் தன் நிலத்துடனேயே வாழ்கின்றான். காரணம் நிலமும் மொழியும்

பிரிக்கவியலாத இறுகிய பிணைப்பைக் கொண்டிருக்கின்றன. நிலத்துடன் பிணைந்த வாழ்முறையைக் கொண்டிருந்த மனிதனை அவனது நிலச் சூழலே நிர்ணயிக்கிறது. அதாவது நிலம் சார்ந்தே மனிதனது பண்பாடு, அடையாளம் உருவாக்கம் பெறுகின்றது. இதனை ஸ்டீலார்டு என்பவர் பண்பாட்டுச் சூழலியல் (Cultural Ecology) என வகைப்படுத்துகின்றார். "மக்கள் சுற்றுச் சூழலுடன் வினைபுரிந்தே (Interject) ஆக வேண்டும். அதைப் புறக்கணிக்க முடியாது. அவ்வாறு வினை புரியும் போது (தகவமைதல்) மக்கள் பண்பாடு என்ற உயர் உயிரத்துவ (Super-organic) கருவியை அறிமுகப்படுத்துகின்றார். இது மக்களுக்கும் சுற்றுச் சூழலுக்கும் இடையே ஏற்படும் உறவை (தகவமைப்பு) அறுதியிடுகிறது. ஆகவே சுற்றுச் சூழலையும் மக்களையும் இணைத்து அறியும் போக்கு பண்பாடு பற்றிய அனைத்து வகையான அறிவிற்கும் இன்றியமையாதது (1990: 274) ஆகிறது என்கிறார்.

தொல்காப்பியம் சுற்றுச் சூழலை மையமிட்டே பண்பாட்டைக் கட்டமைத்துச் செல்வதை உணரமுடிகிறது. தொல்காப்பியப் பொருளதிகாரம் கவிதையியல் பற்றிய வரையறைகளுக்கு முதன்மை அளித்தாலும் நிலம் சார்ந்தும் பண்பாடு சார்ந்தும் அக்கவிதையியல் கருத்தாக்கங்களை முன்வைத்துச் செல்வதைக் காணமுடிகின்றது. நிலவியல் சூழலிலிருந்து மொழியின் கலை வடிவை, கவிதையியல் பற்றிய கருத்தாக்கத்தைப் பிரிக்க இயலாது என்பதைத் தொல்காப்பியம் சுட்டும் முதல், கரு, உரிப் பொருள்களின் வழியாக அறியலாம். கவிதையியலில் அமைந்த ஏழு திணைகளில் நான்கு திணைகள் நிலத்தின் அடிப்படையில் பிரிக்கப்பட்டுள்ளன. பாலைக்குரிய நிலம் நேரடியாக வரையறுக்கப்படாவிட்டாலும் தொல்காப்பியரால் பிற சூழல்கள் சுட்டப்படுகின்றன. இதனால் ஒரே மாதிரியாக அமைந்துள்ள புவியியல் பிரதேசங்களை அடையாளம்

காண்பதும் அவற்றை ஒற்றை அடையாளத்திற்குள் தலைப் ப்பிட்டு அடக்குவதும் நிகழ்கின்றது. இவ்வாறு ஒற்றை அடையாளத்திற்குள் அடக்கப்பட்ட பகுதிகள் வெவ்வேறு வாழ்முறைகளைக் கொண்டவையாகவும் இருக்கலாம். கவிதையியல் கருத்துருவாக்கதிற்காக அவை ஒற்றை வாழ் முறைகளைக் கொண்டவையாகவும் ஒத்த பண்பாடுகளை கொண்டவையாகவும் அடையாளப்படுத்தப்படுகின்றன. தொல்காப்பியம் இப்பணியை மிகச் செம்மையாகச் செய்துள்ளமையைக் காணமுடிகின்றது.

மலைகள், காடுகள், வயல்கள், கடல் பகுதிகள் தமிழகத்தின் பல இடங்களில் சிதறிக் கிடந்தாலும் நில அமைப்பின் புறப் பொதுமைகருதி குறிஞ்சி, முல்லை, மருதம், நெய்தல் எனக் கருத்துருவாக்கம் செய்யப்பட்டுள்ளன. இதனால் ஒரு நிலப்பகுதிக்கு அல்லது திணைக்கு ஏற்றப் பட்டுள்ள கருத்தாக்கம் இணையொத்த அனைத்து நிலப் பகுதிகளும் பொதுவாக்கப்பட்டுள்ளது. அதாவது, குறிஞ்சிக்கு ஏற்றப்பட்டிருக்கின்ற கருத்தாக்கம் தமிழ்நாட்டின் அனைத்து மலைகளுக்கும் பொதுவாகியுள்ளது. இது போலவே முல்லையும் மருதமும் நெய்தலும் பாலையும் கூடக் கருத்துவருவாக்கம் செய்யப்பட்டுள்ளன. "எந்தெந்தப் பண்பாடுகள் ஒத்த பண்பாட்டு மூலங்களைப் பெற்றுள்ளதோ அவை ஒரே வகையான நிலப்பரப்பின் சுற்றுச் சூழலோடு வினைபுரியும் *(தகவமைதல்)* இணையொத்த *(parallel)* அமைப்புகளை ஏற்படுத்துகின்றன. ஒத்த அமைப்பியல் செயற்பாட்டியல் தொடர்புகளை *(Structural Function Inter Relationship)* வெளிப்படுத்துகின்றன *(1990:275)* என்பதனால் தமிழ் அடையாளம் எனும் பெருநிலம் சார்ந்த கருத்துரு வாக்கத்திற்கு அடியாகப் புவியியல் சூழல் ஒத்துள்ள பகுதிகள் ஒற்றை அடையாளத்திற்குள் கொண்டு வரப்பட்டுள்ளன.

இதனால் சூழல் சார்ந்த, தனித்த, உதிரியான பல அடையாளங்கள் முழுமையாக்கப்பட்டு ஒட்டுமொத்த அடையாளங்களாக விரிக்கப்பட்டுள்ளன. இம்முழுமையாக்கத்திற்கு மொழி மிகப்பெரிய பங்காற்றியுள்ளது.

> மாயோன் மேய காடுறை உலகமும்
> சேயோன் மேய மைவரை உலகமும்
> வேந்தன் மேய தீம்புனல் உலகமும்
> வருணன் மேய பெருமணல் உலகமும்
> முல்லை குறிஞ்சி மருதம் நெய்தலெனச்
> சொல்லிய முறையாற் சொல்லவும் படுமே (பொருள்.5)

எனச் சூழல் ஒத்த புவியியல் பரப்புகளைப் பண்பாட்டு நிலைக்களன்களாகத் தொல்காப்பியம் வகைப்படுத்துகின்றது. அகன்ற உலகத்தைப் "படுதிரை வையமாகக் (பொருள்.2) குறிக்கும் தொல்காப்பியம் பண்பாட்டு ஒருமையுடைய நிலங்களையே, நிலங்களின் கருத்துருவத் தொகுதியையே குறிப்பது கவனிக்கத்தக்கது. வாழிடம் சார்ந்து கட்டமைக்கப்பட்டுள்ள மனத்தை மொழியின் வழியாக இணையொத்த புவியியல் பரப்புக்குத் தொல்காப்பியம் விரிகிறது. மேற்சுட்டிய நூற்பாவில் காணப்படும் உலகம் என்னும் சொல், இணையொத்த புவியியல் பரப்புகளையே சுட்டுகின்றன. ஒருவன் வாழும் நிலம், இணையொத்த வேறு நிலங்களின் ஒரு கூறாக அமைக்கப்படுகின்றது.

மேலும், மனிதன் தனக்கான மூலப் புவிப்பரப்பிலிருந்து அருவமாக வெளியேற்றப்படுகின்றான். இவ்வெளியேற்றத்திற்கு அடிப்படையாக இருப்பது மொழியே ஆகும். மொழி அகண்ட வெளிக்குள் அவனைக் கரைந்துபோகச் செய்கிறது. ஒவ்வொரு மனிதனும் தனிப்பட்ட அடையாளத்தைப் பெற்றிருந்தாலும் மொழியின் பொதுக்கூறும், புவிச் சூழலின் பொதுக்கூறும் தனிப்பட்டதென ஒன்றும் இல்லை என்ற கருத்தை ஊட்டுகின்றன. இதனால் கருத்து என ஒன்று

உருவாக்கப்பட்டு அவன் மீது செலுத்தப்படுகின்றது. சூழல் சார்ந்த தனித்தன்மைகளைக் கொண்டிருந்தாலும் அகண்ட நிலப்பரப்பு முழுவதும் பேசப்பட்டுப் பொதுவான புரிதலை ஓரளவு தரத்தக்கதாக இருப்பதனால் மொழி தனது ஆளுமைக்குள் நிலங்களைப் பிணைத்துக்கொள்கின்றது.

தொல்காப்பியம் குறிக்கும் நிலம் சார்ந்த இந்த உலகங்கள் மொழி கட்டமைக்கும் பேருலகத்தின் சிறு பிரிவுகளாகவே அமைகின்றன. சமூகமும் சிறுசிறு குடி, குலங்களாகப் பண்பாட்டு நிலைக்களன்களாகப் பிரிந்திருந்தாலும் மொழியானது பொதுமையாக இருப்பதனால் நிலம் சார்ந்த பண்பாட்டை அடையாளத்தை, தனித்த தன்மைகள் பல வற்றைத் தன்னுள் கொண்டிருப்பதாக அறியப்படுகின்றது. ஆனால் மொழி – குறிப்பாகத் தரப்பட்டுத்தப்பட்ட பொது மொழி – அனைத்துச் சமூகங்களுக்கும் பொதுவானதாக இருப்பதில்லை. ஆனால் அனைவருக்கும் பொதுவானதைப் போன்று பாவனை செய்கின்றது. குறிப்பிட்ட சமூகத்தின், இடத்தின், அரசின், நகரப் பண்பாட்டின் பிரதியாகவே மொழி அமைகின்றது. இதனை “முதலாளியத்திற்கு முற்பட்ட சமூகங்களின் சமூகம் முழுமைக்கும் மொழி ஒரே பொதுவான வடிவத்தில் இருந்ததில்லை. நில, இன, சாதி, வர்க்க, பால் வேறுபாடுகள் மொழிக்குள்ளும் வெளிப்படுகின்றன. தனது ஆதிக்கத்தை நிலை நிறுத்த முயலும் எந்த ஒரு இனமும், வர்க்கமும், நாடும், புவியியல், அரசியல் பொருளாதார வகைகளில் மட்டுமல்லாது இவற்றிற்குச் சமமாக, சமயங்களில் கூடுதல் முக்கியத்துவத்துடன் மொழிக் களத்தில் தம் ஆதிக்கத்தை நிலை நிறுத்த முயலுகின்றன. சமூக முழுமைக்கு மான பொதுமொழியாகக் கருதப்படவேண்டிய தேவை ஏற்படும்போது அச்சமூகத்தில் ஆதிக்கம் வகிக்கும் பகுதி இன சாதி வர்க்க மக்களின் மொழியே பொது மொழியாகத் தரப்படுத்தப்படுகின்றது *(1992: 21)* என்பதனால் அறியலாம். இதனைச் சங்க இலக்கியத்தில் தெளிவாகக் காணமுடிகின்றது.

ஒளியர், ஆவியர், அதியர், மழவர், வழுதியர், பழையர், உதியர், ஆதன், புலியர், மறவர் எனப் பல குலங்கள் சங்க இலக்கியங்களில் காணக்கிடைக்கின்றன. இக்குலங்கள் சில குறிப்பிட்ட புவிப்பரப்பில் வாழ்ந்துவந்துள்ளன. தமிழ் நிலம் எனும் பெரு நில அடையாளம் குலங்களின் புவிப்பரப்பு பற்றிய அடையாளங்களைக் காணாமல் அடித்துள்ளது. அதே நேரம் தமிழ் நிலத்திற்குள் அரசியல் சார்ந்த மூன்று பெரும் பரப்புகள் உள்ளடக்கப்படுகின்றன. இனக்குழுவினரின் நில எல்லைகள், அவற்றைச் சார்ந்து உருவாகி இருந்த பண்பாட்டுக் கூறுகள் காணாமல் அடிக்கப்படுகின்றன. அதே நேரம் மூவேந்தர்களும் அவர்களைச் சார்ந்த அடையாளங்களும் தமிழ் அடையாளங்களாக முன்வைக்கப்படுகின்றன. அதே நேரம் இவ்வரசுகள் தமிழ் என்ற ஒற்றை அடையாளத்திற்குள் கரைந்துபோகாமல் தத்தமது நிலப்பரப்பிலேயே நிலை கொண்டிருந்தன. அதே நேரம் இம்மூன்று அரசுகளையும் இணைத்தே தமிழ்நிலம் என்ற பெருங்கதையாடல் உரு வாக்கப்பட்டுள்ளது.

வடாஅது பனிபடு நெடுவரை வடக்கும்
தெனாஅ துருகெழு குமரியின் றெற்கும்
குணாஅது கரைபொரு தொடுகடற் குணக்கும்
குடாஅது தொன்றுமுதிர் பெளவத்தின் குடக்கும்
(புறம்.6:1-40)

என்ற பாடல் வரி தமிழ் நிலப்பரப்பின் எல்லையைச் சுட்டுகின்றது. பனிபடு நெடுவரை என்பதை இமயமாகக் கொண்டால் தமிழ் நிலப்பரப்பு இமயம் வரை விரிந்திருந்த தாகச் சுட்டலாம். நெடு வரை என்பதை வேங்கட மலையாகக் கொண்டு இன்றைய தமிழ் நிலப்பரப்பிலேயும் அடக்கலாம். இதுபோலவே மதுரைக்காஞ்சியும் *(76-77)* தமிழக எல்லையை

தென் குமரி வடபெருங்கல்குணகுடகடலா எல்லை

என வரையறுக்கின்றது. தொல்காப்பியம் தமிழ் நிலம் சார்ந்த

பெருங்கதையாடலை உருவாக்கியுள்ளதைக் காணலாம். அன்று இருந்த குடி, குலங்களைத் தனியே பதிவு செய்யாமல் நிலங்களுக்குள் அடக்கிக்கொள்கின்றது. திணைநிலைப் பெயர்கள் என்று இக்குடிப் பெயர்கள் சுட்டப்படுவதுடன் அவர்களது பழக்கவழக்கங்களும் வாழ்முறைகளும் சுட்டப்படு கின்றன. என்றாலும், இவை இனக்குழு முன்வைத்த பன்மைத் தன்மையை வெளிப்படுத்தாமல், முழுமையை நோக்கிய கருத்துருவாக்கத்தை வெளிப்படுத்துகின்றன. குலங்கள் / குடிகளின் வாழ்முறை, பழக்கவழக்கங்கள்

தெய்வம் உணாவே மாமரம் புள்பறை
செய்தி யாழ்ழின் பகுதியொடு தொகைஇ
அவ்வகை பிறவுங் கருவென மொழிப *(பொருள்.18)*

என நிலம் சார்ந்து வகைப்படுத்தப்படுகின்றது. இவ்வகைப் பாட்டில் இயற்கையும் பண்பாட்டுக் கூறுகளும் இருந்தாலும்கூட இவையும் முழுமையை நோக்கிய கருத்துருவாக்கங் களே ஆகும். நிலங்களைச் சார்ந்து முன்வைக்கப்படும் இக்கருத்துருவாக்கத்தில் தொன்மையான தலைமை வடிவங்கள் பதிவு செய்யப்படாமல் போவதையும் அவை திணைநிலைப் பெயர்களாகப் புறந்தள்ளப்படுவதையும் காணலாம். புறந்தள்ளப்பட்ட திணைநிலைப் பெயர்களில் தலைவர்களும் உண்டு *(பொருள். 20,21)* எனப் போகிற போக்கில் கூறப்படுகின்றது. ஆனால், புறப்பொருளைப் பற்றிப் பேசுமிடத்து பேரரசுகள் பேசப்படுகின்றன. உண்மை யில் புறப்பொருள் சுட்டும் பல வழக்காறுகள் இனக்குழு மரபு சார்ந்தவையாகும்.

உறுபகை

வேந்திடை தெரிதல் வேண்டி ஏந்து புகழ்ப்
போந்தை வேம்பே யாரென வரூஉம்
மாபெருந் தானையர் மலைந்த பூவும் *(பொருள். 60)*

என இனக்குழுக்களின் போர் வடிவங்களைப் பற்றிப் பேசு மிடத்தில் மூவேந்தர்களின் அடையாளங்கள் பதிவு செய்யப் படுகின்றன. இதன் மூலம் குடி, குலங்களின் தலைமை வடிவங்களை அவர்களின் அடையாளங்களை இல்லாமல் செய்யும் அரசியல் நிகழ்த்தப்படுகின்றது. நிலம் சார்ந்த போர் மரபுகள் வேந்தர்களின் மரபுகளாக மாற்றப்படுகின்றது.

இதனால், தன்னிச்சையான நிலப்பகுதி என ஒன்றே இல்லை என்பதான தோற்றம் ஏற்படுத்தப்படுகின்றது. தமிழ் நிலப்பகுதிகள் மூவேந்தர்களின் ஆட்சிப்பரப்புக்குள்ளேயே இருப்பதாகக் காட்டப்படுகின்றது. இதன் அடுத்த கட்டமாகத் தமிழ் நிலம் என்பது மூவேந்தர்களின் நிலம் எனப் பெருங் கதையாடல் கட்டமைக்கப்படுகின்றது. அதாவது, பேரரசு, அதனைத் தொடர்ந்த பெருநிலப் பரப்பு என்ற புனைவுகள் உருவாக்கப்பட்டு, நிலைநிறுத்தப்படுகின்றன.

சிறப்பின் ஏனோர் படிமைய
முல்லை முதலாச் சொல்லிய முறையாற்
பிழைத்தது பிழையாதாகல் வேண்டியும் (பொருள்.28)

என இனக்குழுக்களின் நிலை பேசப்படுகின்றது. தொல் காப்பியம் சுட்டும் போர்வடிவங்கள் இனக்குழு சார்ந்தவை களாக இருக்க, அவை வேந்தர்களின் போர்வடிவங்களாக மாற்றப்படுகின்றன. இதன் மூலம் குடி, குலங்களின் தலைமை வடிவங்கள், அடையாளங்கள் அழிக்கப்படுகின்றன. தொல் காப்பியம் சுட்டும் பிழைத்தல், நிலங்கள் இனக்குழுக்களின் கைகளில் இருந்தலையும் பிழையாதாக்கல், நிலங்கள் இனக்குழுக்களின் கைகளில் இருந்து மீட்கப்பட்டுவதையும் குறிக்கின்றது என்பதை மனங்கொள்ளவேண்டும். புறத்திணை யில் காணப்படும் இந்த இனக்குழு, குல அமைப்புகளை இல்லாமல் ஆக்குவதற்கான அடிப்படைகள் கவிதையியல் பற்றிய அகத்திணைக் கோட்பாடுகளால் உருவாக்கப் பட்டுள்ளதைக் காணமுடிகின்றது.

இனக்குழு, குடிகளின் நிலம் சார்ந்த பண்பாட்டு வடிவங்கள் குறிஞ்சி, முல்லை, மருதம், நெய்தல் எனக் கவிதைக்கான நிலைக்களாக்கப்படுகின்றன. அதே நேரத்தில் இவை அகப்பாடல்களின் களன்களாகப் பொதுமைப்படுத்தப் படுவதனால் இனக்குழுக்களின் முதன்மை நீக்கப்படுகின்றது.

குறிஞ்சி, முல்லை, மருதம், நெய்தல் எனும் பிரிவுகள் சமூக வளர்ச்சிக்கட்டத்தின் வேறுபட்ட நிலைகளைக் குறிப்பதாக அறியப்படுகின்றன. வேட்டைச் சமூகம், ஆநிரைச் சமூகம், வேளாண் சமூகம் எனும் இவை தேய்ந்தும் வளர்ந்தும் சங்க இலக்கியங்களில் பதிவாகியுள்ளன. அருகருகே இயங்கிய இச்சமூகங்கள் தமக்குள் முரண்பட்டு மோதிக்கொண்டதையும் ஒன்றை மற்றொன்று தாழ்வாகக் கருதியதையும் சங்கப் பாடல்கள் காட்டுகின்றன.

கருங்கால் வரகே யிருங்கதிர்த் தினையே
சிறுகொடிக் கொள்ளே பொறிகிள ரவரையோடு
இந்நான் கல்ல துணாவுமில்லை (புறம். 335)

என்ற பாடலை உபரி உற்பத்தியை மிகுதியாகக் கொண்டிருந்த மருதம் உருவாக்கிய பண்பாட்டு முறைக்கு எதிரான கலகக் குரலாகக் காணலாம். இதனால் வளர்ச்சி குன்றிய உற்பத்தி, பண்பாட்டு அமைப்புகளும் வளர்ச்சி மிகுந்த உற்பத்தி, பண்பாட்டு அமைப்புகளும் பண்பாட்டு நிலைக்களன்களாகப் பகுக்கப்பட்டிருப்பதை அறிய முடிகின்றது.

இந்தப் பண்பாட்டுக் குவிமையங்களான நிலங்கள் கூடத் தமிழ் நிலம் என்னும் பெரு நிலத்தின் பகுதியாகவே வகைப் படுத்தப்படுகின்றன. இதனால், விரிந்த பெரு அடையாளத்துக் குள் நிலம், அவற்றின் உற்பத்தி சார்ந்த வாழ்முறை அடை யாளங்கள் காணாமல் அடிக்கப்படுகின்றன. இதனைத் தொல்காப்பியப் பாயிரம் உறுதி செய்கின்றது.

வடவேங்கடம் தென்குமரி
ஆயிடைத்

> தமிழ் கூறும் நல்லுலகத்து
> வழக்குஞ் செய்யுளும் ஆயிரு முதலி
> எழுத்துஞ் சொல்லும் பொருளும் நாடிச்
> செந்தமிழ் இயற்கை சிவணிய நிலத்தொடு

எனத் தொடங்கும் பாயிர வரிகள் செந்தமிழ் நிலம் என்பதைக் குவிமையப்படுத்தி அந்நிலத்தின் வழக்கும் செய்யுளும் தமிழ் அடையாள நிலைப்படுத்தலுக்கு அடித்தளமாகக் கொள்ளப் பட்டதைக் காட்டுகின்றது. "கிட்டத்தட்ட காவிரி வைகை ஆற்றங்கரைப் பகுதி மொழியே வேறு வார்த்தைகளில் சொல்வ தானால் சோழ பாண்டிய அரசுருவாக்கப் பகுதி மொழியே செந்தமிழாக வரையறுக்கப்படுகிறது" (பொ. வேல்சாமி, அ. மார்க்ஸ், 1992:22) என்கின்றனர். இதனால் முதன் முதலாகத் தமிழ் அடையாளத்தை, பண்பாட்டை ஒழுங்கமைக்கக்கூடிய தொல்காப்பியம் பரந்துபட்ட நில எல்லையை முன்னிறுத்தி னாலும் அதிகார மையங்களின் செயல்போக்கையே ஒட்டு மொத்தத் தமிழ் அடையாளமாகக் காட்ட முனைந்துள்ளதை அறியமுடிகின்றது.

"மொழிபுகள் ஒழுங்கமைப்பைச் செயல்படுத்துகின்றன. எல்லா சமூக ஒழுங்கமைப்புகளும் அதிகாரத்தை மையமாகக் கொண்டு இயங்குபவை. அவை உடல்களை அவற்றிற்கான இயக்க வெளியில் வரையறுக்கின்றன (பிரேம்,2000:138) என்ப தனால் தனித்தனியே சிதறிக்கிடப்பவற்றை ஒழுங்கமைத்தல் என்பதே அவற்றின் மீது செலுத்தும் அதிகாரமாக அமைகின்றது. தொல்காப்பியம் விரிந்த தமிழ் நிலத்தைக் களமாகக் கொண்டியங்கினாலும் பேரரசு சார்ந்த அதன் அரசியல், தனித்த அடையாளமுடைய குல,குடிகளை, மக்கள் திரளை, அவர்களின் தன்னிச்சையான செயல்போக்கைப் பேரரசு எனும் கட்டுக்குள் முடக்குவதாகவே இருக்கின்றது.

பல குடி, பல குலங்களாக இருந்த மக்கள் திரளை அவர்கள் பேசும் மொழியின் பொதுக்கூறுகளைக் கொண்டும்

நில எல்லைகளைக் கொண்டும் ஒன்றிணைத்து ஒற்றை அடையாளம் கொண்ட திரட்சியான மக்கள் தொகுதியாக மாற்றுவதற்கான முயற்சியையும் இம்முயற்சியின்போது மொழியின் வட்டார வேறுபாடுகளும் உபரி உற்பத்தியுடன் மையமாகத் திரளாத மக்களும் நிலவியல் சார்ந்த அவர்களது பண்பாடுகளும் புறக்கணிக்கப்பட்டு அல்லது இரண்டாம் பட்சமாகக் கருதப்பட்டு முழுமையான அடையாளம் மொழிவழியாக முன்னிறுத்தப்பட்டதையே தொல்காப்பியம் காட்டுகின்றது என்று கூறமுடியும்.

பார்வைகள்

1980 : தொல்காப்பியம், பொருளதிகாரம், நச்சினார்க்கினியர் உரை, சென்னை: கழகம்.

1990: பக்தவச்சல பாரதி, பண்பாட்டு மானிடவியல், சிதம்பரம்: மணிவாசகர் பதிப்பகம்.

1991: நிக்கோஸ் பௌலண்ட்சாஸ், “ அரசு இயந்திரமும் கருத்துருவ இயந்திரமும்” நாகார்ஜ்ஜூனன், ரமேஷ் (மொ.பெ), அரசு அறிவு அதிகாரம், மதுரை: கார்முகில்.

1992: மே, பொ. வேல்சாமி, அ. மார்க்ஸ், “தொல்காப்பிய உருவாக்கத்தின் பண்பாட்டு அரசியல்”, பாளையங்கோட்டை: மேலும்.

1994: கா. சிவத்தம்பி , தமிழ்ச் சமூகமும் பண்பாட்டின் மீள் கண்டு பிடிப்பும், சென்னை: நியூ செஞ்சுரி புக் ஹவுஸ்

3

செய்யுள் உறுப்புகளின் துல்லியத் தன்மையும் திணைக்கோட்பாடு உருவாக்கமும்: தொல்காப்பியச் செய்யுளியலை முன்வைத்து

தொல்காப்பியப் பொருளதிகாரத்தில் காணப்படும் செய்யுளியல், பண்டைய தமிழ்க் கவிதைகளில் பொது நிலையில் அமைந்திருந்த கூறுகளை, உறுப்புகளை விளக்கு வதாக உள்ளது. அதே நேரத்தில் பொருளதிகாரத்தின் பிற இயல்களில் திணைக்கவிதைகளுக்கான கோட்பாடுகள் விரிவாக விளக்கப்பட்டுள்ளன. திணைக் கவிதையியலுக்கும் பொதுவான செய்யுள் உருவாக்க மரபுகளுக்கும் இடையில் பல பொதுத் தன்மைகள் காணப்படுகின்றன. பொதுக் கவிதை யாக்க மரபின் செய்யுள் உறுப்புகள் கூர்மையடைந்து, தனிப் பட்ட கருத்தாக்கங்களாக, துல்லியத் தன்மையுடன் வளர்ந்து தனியொரு கவிதைக் கோட்பாடாக மேலெழுந்துள்ளது. தொல்காப்பியம் உருவான காலத்தில் தமிழ்க் கவிதையியலில் பெருவழக்காக மேலெழுந்துவிட்ட இக்கோட்பாடு திணைக் கோட்பாடாகப் பொருளதிகாரத்தின் அனைத்து இயல்களிலும் விரிவாகப் பதிவு செய்யப்பட்டுள்ளமையைச் செய்யுளியலை யும் திணைக் கோட்பாட்டையும் ஒப்பிடுவதன் மூலம் உணரலாம்.

தொல்காப்பியம் முன்வைத்துள்ள கவிதையியல் பற்றிய கருத்துகளின் அடிப்படையிலேயே சங்கப் பாடல்கள் எழுதப் பட்டுள்ளன சங்கப்பாடல்களில் சில தொல்காப்பியம் உருவான காலத்திற்கு முன்பே எழுதப்பட்டுவிட்டன என்ற கருத்துகள் ஆய்வாளர்களால் முன்வைக்கப்படுகின்றன. எப்படி இருந்தாலும், இன்று சங்கப் பாடல்களாக அறியப் படும் பாடல்கள் 450 ஆண்டு கால எல்லையை உடையவை என்ற கருத்தினைப் பெரும்பாலான அறிஞர்கள் ஏற்றுக் கொள்கின்றனர். 450 ஆண்டு கால எல்லையில் உருவான சங்க இலக்கியங்கள் ஓர் இலக்கண நூலை, குறிப்பாகத் தொல்காப்பியத்தை அடிப்படையாகக் கொண்டுதான் உருவாயின எனக் கருத இயலவில்லை. அதே நேரத்தில் தொல்காப்பியம் முன்வைத்துள்ள திணைக் கோட்பாடு பழந்தமிழகத்தில் இலக்கியப் புலம் சார்ந்து கவிதையியல் சிந்தனையாக உருவாகியிருந்தது எனக்கருத இடமிருக்கின்றது. பழந்தமிழகத்தில் நிலவிய கவிதையியல், மொழியியல் பற்றிய சிந்தனைகளையே தொல்காப்பியம் நூலாக வடி வமைத்துத் தந்துள்ளது. தொல்காப்பியத்தின் எழுத்ததிகாரமும் சொல்லதிகாரமும் மொழியின் அமைப்பை விளக்குவனவாக இருக்க பொருளதிகாரம் இலக்கியங்களின் அமைப்பை விளக்க முற்பட்டுள்ளது. பொருளதிகாரத்தின் செய்யு ளியலிலும் பிற இயல்களிலும் இம்முயற்சி மேற்கொள்ளப் பட்டுள்ளது. தொல்காப்பியச் செய்யுளியலில் சுட்டப்படும் பல கருத்துகள் பொதுவான இலக்கிய உருவாக்க மரபுகளாக இருப்பதைக் காணலாம். பண்டைய தமிழகத்தில் வழக்கில் இருந்த, வழக்கிழந்து போன இலக்கியங்களுடன் இலக்கிய வகைமையாக அரும்பத் தொடங்கிய பலவற்றைச் செய்யுளியலில் காண முடிகின்றது. இதனால் பொதுவான இலக்கிய உருவாக்க மரபுகளைத் தொல்காப்பியம் பதிவு செய்ய முயன்றுள்ளதைக் காண முடிகின்றது. அதே நேரம் தொல்காப்பியம் திணைக் கவிதை உருவாக்க மரபுக்கு மிகுந்த

முக்கியத்துவம் அளித்துள்ளதைப் பிற பொருளதிகார இயல்களில் காணமுடிகின்றது. சங்கக் கவிதைகள் அனைத்தும் திணைக் கவிதைகளாக இருக்க, தொல்காப்பியச் செய்யுளியல் எந்த அளவுக்குத் திணைக் கோட்பாட்டுக்கு முக்கியம் அளித்துள்ளது என்பதை ஆராய்வது தேவையாக உள்ளது.

தொல்காப்பியம் மொழியின் அமைப்பை விளக்குவதைப் போலக் கவிதையியலை விளக்கவில்லை. கவிதையியல் பற்றிய கருத்துகளைத் தொடர்ச்சியாக விளக்காமல் பல இடங்களில் சிதறடித்துக் குறிப்புகளாக அளித்துள்ளது. தொல்காப்பியச் செய்யுளியலில் சுட்டப்படும் மாத்திரை, எழுத்து, அசை, சீர், அடி, யாப்பு, மரபு, தூக்கு, தொடை, நோக்கு, பா, திணை, கைக்கோள், கூற்று. கேட்போர். களன், காலம், பயன், மெய்ப்பாடு. எச்சம், முன்னம், பொருள், மாட்டு, வண்ணம், அம்மை, அழகு. தொன்மை. தோல், விருந்து, இயைபு ஆகியவை பொதுவான செய்யுளியல் உறுப்புகளாகவே உள்ளன. இவற்றில் பல உறுப்புகள் யாப்பியல் தொடர்பானவையாக இருப்பதைக் காணமுடிகின்றது. இதனால். செய்யுளியலில் 'யாப்புப் பற்றிய அறிவே முக்கியமாகப் பேசப்பட்டுள்ளதாக' கா. சிவத்தம்பி (2007:89) குறிக்கின்றார். செய்யுளியலில்,

1. கவிதையின் இலக்கண அமைப்பு அல்லது உருவம் (மாத்திரை, எழுத்து, அசை, சீர், அடி, யாப்பு, மரபு, தூக்கு, தொடை, நோக்கு, பா, வண்ணம்)

2. கவிதையின் பாடுபொருள் (திணை, கைக்கோள், பொருள்)

3. கவிதையின் (வெளிப்படுத்தப்படும்) நோக்குநிலை (கூற்று, கேட்போர்)

4. கவிதையின் சூழல் (களன், காலம்)

5. கவிதையைப் பொருள்கொள்ளும் முறைகள் (எச்சம், முன்னம், மாட்டு)

6. கவிதையின் அழகியல் தன்மை (அம்மை, அழகு, தொன்மை, தோல், விருந்து, இயைபு)

முதலியவை பேசப்படுகின்றன.

சங்கக் கவிதைகளில் பெருவழக்காக வெளிப்படும் திணைமரபைத் தொல்காப்பியச் செய்யுளியல் விரிவாகப் பேசாமல், செய்யுள் உறுப்புகளில் ஒன்றாக மட்டுமே சுட்டு கின்றது. கவிதைகளின் திணை அக்கவிதைகளின் பாடு பொருள்களைக் காலம், இடம் முதலியவற்றின் அடிப் படையில் பல்வேறு சூழல் சார்ந்து கட்டமைப்பதாக இருந்தா லும் பாடுபொருள்கள் தமக்கான எல்லைகளை உள்ள டக்கியவையாக இருக்கின்றன. இப்பாடுபொருள் எல்லை களாகப் புணர்தல், இருத்தல். ஊடல். இரங்கல். பிரிதல் என்பவை சுட்டப்படுகின்றன. இவற்றின் எல்லையை விரிவு படுத்து வதற்காகவே நிமித்தங்கள் சுட்டப்படுகின்றன. நிமித்தம் என்பது 'முன்னிட்டு நடப்பவை' எனப் பொருள் கொள்ளப்படுகின்றது. எடுத்துக்காட்டுக்குப் புணர்தல் நிமித்தம் என்பது, புணர்தலை முன்னிட்டு (நோக்கமாகக் கொண்டு) நடைபெறும் செயல்கள் எனப் புரிந்துகொள்ளப் படுகின்றது. இதனால் புணர்தலைச் சார்ந்த செயல்கள், சார்புணர்ச்சிகள் புணர்தலில் அடக்கப்படுகின்றன. இப்படி உள்ளடக்கும் நோக்கத்திற்காகவே நிமித்தங்கள் சுட்டப் படுகின்றன எனலாம். இந்நிமித்தங்கள் புணர்தல், இருத்தல், ஊடல், இரங்கல், பிரிதல் உணர்வைச் சார்ந்திருந்தாலும் அவற்றைப் பற்றியவையாக அமைந்து பாடு பொருள்களின் எல்லையை விரிவுபடுத்துகின்றன. அதனால், திணையைச் சூழல் சார்ந்தவையாகவும் பாடுபொருள் சார்ந்தவையாகவும் பார்க்கலாம்.

சங்கத் திணைக்கோட்பாட்டில் கைக்கோள், கூற்று, கேட்போர் என்பன முக்கியப் பங்கினை வகிப்பதைக் காணலாம். பொதுநிலையில் கைக்கோள் என்பது கவிதையில் கைக்கொள்ளப்படும் பொருள் ஆகும். இது போலவே கூற்று என்பது உள்ளடக்கத்தை, பொருளை விவரிக்கும் முறைமை ஆகும். கேட்போர் என்பவர் விவரணையை அறிபவர் அல்லது கேட்பவர் ஆவார். இவரைச் சார்ந்தே கூற்று பொருள் பெறு வதனால் கேட்போரும் அவரின் ஊடாட்டமும் கவிதையின் பொருளுக்கு முக்கியமானவையாகின்றன. திணை தனியே சுட்டப்பட்டதைப் போலவே கைக்கோள், கூற்று, கேட்போர் என்பவையும் செய்யுளியலில் தனித்தனி உறுப்புகளாகச் சுட்டப்படுகின்றன. கைக்கோள், கூற்று, கேட்போர் முதலி யவை திணையைச் சார்ந்தே இயங்குபவையாக இருப்பதைச் சங்கக் கவிதைகளைக் கொண்டு அறியமுடிகின்றது. இவை யன்றி உள்ளுறை, இறைச்சி, குறிப்புப்பொருள் போன்ற இலக்கிய வாசிப்பு அல்லது நுண்மைப் பொருளை அறிகின்ற முறைகளும் திணைக்கோட்பாட்டில் அமைந்திருக்கின்றன. இவற்றை நாம் திணைக் கவிதைகளுக்கான பொருள் கொள்ளும் முறைகளாக மட்டுமே காண்கின்றோம்.

தொல்காப்பியப் பொருளதிகாரத்தினை ஒட்டு மொத்த மாக நோக்கும்போது திணைக் கவிதை மரபினைப் பேசும் நூலாகவே தொல்காப்பியம் தோன்றுகின்றது. அனைத்து இயல்களிலும் திணைக்கோட்பாட்டை விரிவாகப் பேசும் தொல்காப்பியம், செய்யுளியலில் திணைக் கவிதைகளின் அமைப்பைப் பற்றிப் பேசாமல் பொதுவான செய்யுள் உருவாக்க மரபுகளைப் பற்றிப் பேசுகின்றது. அதே நேரத்தில் செய்யுளியலுக்கு வெளியில் திணைக் கவிதைகளைப் பற்றிச் பேச முயன்றுள்ளது. அகத்திணையியல், புறத்திணையியல், களவியல், கற்பியல், பொருளியல் ஆகிய இயல்களில் திணைக் கவிதை உருவாக்கத்திற்கான கோட்பாடுகளே விரிவாகப்

பேசப்பட்டுள்ளன. இதனை கா. சிவத்தம்பி *(2007 : 35)* “தமிழ்க் கவிதை மரபின் பிரதான கூறுகளாகிய அகத்திணை, புறத் திணை பற்றிய விவரணமே *(description)* முதனிலைப் படுத்தப்பட்டுள்ளமையை அவதானிக்கின்றோம்” என்கின் றார். இவ்வகத்திணை, புறத்திணைகளே திணைக் கோட்பாடாக அமைந்திருக்கிறது. மேலும், மெய்ப்பாட்டிலும் திணைக் கவிதை மரபுக்குரியதாகவே அமைந்திருக்கின்றது. பண்டைய தமிழ்க் கவிதை மரபில் திணைக் கவிதைகள் உச்சத்தில் இயங்கியதனால் திணை மரபை விரித்தெழுத வேண்டிய தேவை தொல்காப்பியருக்கு எழுந்துள்ளது. செய்யுளியலுக்கு வெளியே இத்தேவையைத் தொல்காப்பியம் நிறைவேற்றி யுள்ளது. அதே நேரத்தில் செய்யுளியலில் பொதுவான செய்யுளாக்க மரபுகளைப் பற்றிப் பேசுகின்றது. இதனால், தொல்காப்பியப் பொருளதிகாரத்தில் முதல் இயலாக அமைய வேண்டியது செய்யுளியலே எனக் கூறத் தோன்றுகிறது. என்ன காரணத்தினாலோ செய்யுளியல் இடையில் அமைக்கப் பட்டிருக்கின்றது.

தொல்காப்பியம் செய்யுளியலில் செய்யுள் உறுப்பு என்ற நிலையில் பிற உறுப்புகளை விளக்குவதைப் போன்றே திணையையும் விளக்குகின்றது. அது திணையை,

> கைக்கிளை முதலா ஏழ்பெருந் திணையும்
> முற்கிளந் தனவே முறையி னான *(தொல்.பொருள்.486)*
> எனச் சுட்டுகின்றது. இந்நூற்பா,
> கைக்கிளை முதலாப் பெருந்திணை யிறுவாய்
> முற்படக் கிளந்த எழுதிணை என்ப *(தொல். பொருள்.1.)*

என்ற அகத்திணையியல் நூற்பாவின் மறு எழுதுதலாக இருப்பதைக் காணமுடிகின்றது. செய்யுளியல் நூற்பாவிற்கு விளக்கம் அளிக்கும் உரையாசிரியர்கள் “அவை முறைமை யினான் மேற் சொல்லப்பட்டன” *(இளம்.)*, முன்னர்க்கி ளக்கப்பட்டன *(பேரா, நச்சர்)* எனச் சுட்டுகின்றனர். இதனால்

முன்னர் மேற்சுட்டியவை என்பதனை அகத்திணையியலில் சுட்டியவையாகப் பொருள்கொள்கின்றோம். இதனைத் தவிர செய்யுளியலில் திணையைப் பற்றிய செய்திகள் எவையும் சுட்டப்பட வில்லை.

திணையை அடுத்துப் பேசப்படும் கைக்கோள் மறை (களவு), கற்பு என்ற பிரிவுகளில் அமைவதாகச் சுட்டப்படு கின்றது. இவை ஒழுக்கமுறையினைப் பற்றிப் பேசுகின்றன. இக்கைக்கோளைத் தொல்காப்பியம் செய்யுளியலுக்கு வெளியே களவியல், கற்பியல் எனத் தனித்தனி இயல்களாக அமைத்துள்ளது. திணைக்கோட்பாட்டில் முக்கியத்துவம் வாய்ந்ததாக இக்களவு, கற்பு பற்றிய கைக்கோள் இருந்ததனா லேயே விரித்தெழுதப்பட்டுள்ளன எனலாம். இக்கைக்கோ ளுடனேயே திணைக்கோட்பாட்டின் கூற்று, கேட்போர் முதலிய உறுப்புகள் இணைக்கப்பட்டுள்ளன. கூற்றுகள் களவு, கற்பு என்ற நிலைகளில் அமைவதும் யார் யாருடன் கூற்று நிகழ்த்தலாம் யாருடன் நிகழ்த்தக்கூடாது என்ற வரையறை களும் செய்யுளியலிலேயே சுட்டப்படுகின்றன. கைக்கோள், கூற்று ஆகியவற்றைப் போன்றே கேட்போர், களம், முன்னம், துறை முதலியவையும் திணையுடன் இணைந்தவையாகவே இருப்பதைக் காணமுடிகிறது.

பொதுவான செய்யுள் அமைப்பில் கவிதையின் பாடு பொருள் பற்றியனவாகக் கைக்கோள், பொருள்வகை முதலி யன திகழ்கின்றன. களன், காலம் முதலியன கவிதை நிகழும் இடம் மற்றும் காலமாக உள்ளன. கூற்றும் கேட்போரும் நோக்குநிலை பற்றியனவாக உள்ளன. எச்சம், முன்னம், மாட்டு முதலியவை கவிதையின் மொழியமைப்பை அறிந்து பொருள் கொள்ளும் நுட்பங்களாக உள்ளன என்பது மீண்டும் நினைவில் கொள்ளவேண்டியதாகும். இவை பொதுவான செய்யுளாக்க மரபில் இருந்தாலும் திணை மரபில் சிறப்பாகச் செயல்படு பவையாக அமைந்திருக்கின்றன.

திணைக் கோட்பாட்டில் முதன்மையாக அமைபவை முதற்பொருள், கருப்பொருள், உரிப்பொருள் என்பனவாகும். இவற்றைச் செய்யுளியல் களன், காலம், துறை, பொருள்வகை என்ற உறுப்புகளாகச் சுட்டுகின்றது.

அகத்திணையியலில் முதற்பொருள் நிலம், பொழுதாக அமைக்கப்பட்டுள்ளன. ஆனால் செய்யுளியலில் நிலம் களனாகவும் பொழுது காலமாகவும் அமைக்கப்பட்டுள்ளன. களன், காலம் என்பது பொது நிலையில் சுட்டப்படுவதாகவும் நிலம், (சிறு, பெரு) பொழுது என்பவை சிறப்பானவையாகவும் (கூர்மையானவையாக) இருப்பதைக் கவனிக்கவேண்டும். அதாவது களன் என்பது பல்வேறு நிலங்களை உள்ளடக்கிய தாகவும் காலம் என்பது பல்வேறு பொழுதுகளை உள்ளடக்கிய தாகவும் இருப்பதை அறியலாம். களம்,

ஒருநெறிப் பட்டாங் கோரியன் முடியுங்
கரும நிகழ்ச்சி இடமென மொழிப (தொல்.பொருள். 502)

என ஒரு வினை நிகழும் நிகழிடமாகச் சுட்டப் படுகின்றது. களனை விளக்கும் பேராசிரியர்,

> இடமெனினும் களமெனினும் ஒக்கும். ஒரு செய்யுட் கேட்டால் இஃது இன்னவிடத்து நிகழ்ந்த தென்று அறிதற்கு ஏதுவாகியதோர் உறுப்பினை இடமென்றானென்பது. ஒருநெறிப்படுதலென்பது, ஒருவழிப் பலவுந் தொகுத்தல், ஓரியலென்பது, அவற்றுக்கெல்லாம் இலக்கணமொன்றாதல்; அஃதாவது காட்சியும் ஐயமும் துணிதலும் புணர்ச்சியும் நயப்பும் பிரிவச்சமும் வன்புறையு மென்றின்னோரன்ன வெல்லாம் ஒருநெறிப்பட்டு இயற்கைப் புணர்ச்சி யென்னும் ஓரிலக்கணத்தான் முடியுமென்பது. கருமநிகழ்ச்சி யென்பது, காமப் புணர்ச்சி யென்னுஞ் செயப்படு பொருணிகழ்ச்சி;

தொல்காப்பியத் திணைக்கோட்பாடு 53

அஃது இடமெனப் பட்டது. இது வினை செய்யிடம்.
நிலமாயின முன்னர்த் திணையெனப்பட்டன

என்கிறார். இதனையே நச்சினார்க்கினியரும் உரைக்கின்றார். இளம்பூரணர், வினை நிகழும் இடம் என்பதுடன் "கரும நிகழ்தலாவது – அப்பொருளைப் பற்றி யாதானு மொருவினை நிகழுமிடம். இன்னுங் கரும நிகழ்ச்சி என்றதனால் தன்மை முன்னிலை படர்க்கை யென்பனவுங் கொள்ளப்படும்" எனச் சுட்டுகின்றார். உரையாசிரியர்கள், பனுவலுக்குள் அமைக்கப் பட்டுள்ள வினை நிகழும் இடத்தையும் அதனை எடுத் துரைக்கும் எடுத்துரைப்பாளரின் நிலையையும் அதனைக் கேட்போரின் நிலையையும் இடமாகச் சுட்டுகின்றனர். செய்யுளியல் சுட்டுவது போல் திணைக் கவிதைகளில் சுட்டப்படும் இடம் அல்லது நிலம், கவிதை நிகழும் அல்லது கரும நிகழ்ச்சி நிகழும் இடமேயாகும். செய்யுளியல் செய்யு ளின் நிகழிடத்தைப் பொதுநிலையில் சுட்ட திணைக் கோட்பாடு செய்யுளின் நிகழிடத்தைக் குறிப்பிட்ட நிலமாகச் சுட்டுகின்றது. அதாவது திணைக்கோட்பாட்டில் இடம் பொதுமைப்படுத்தப்படாமல் கூர்மையாக, தனிப்பட்டதாக முன்வைக்கப்படுகின்றது. இத்தனிப்பட்ட இடங்களையே திணைக் கோட்பாடு குறிஞ்சி, முல்லை, மருதம், நெய்தல், பாலையாக அவற்றைச் சார்ந்த இடங்களாக விரித்துப் பேசுகின்றது. இப்படித் திணை மரபு தனக்கான செய்யுளியல் கூறுகளைக் கூர்மைப்படுத்திக் கொண்டதனாலேயேபிற இலக்கிய வகைமைகளிலிருந்து தனித்துவம் பெறத் தொடங்கி யுள்ளது. இதனால் திணை மரபு தனி இலக்கிய வகைமையாகத் தனக்கென ஒரு கோட்பாட்டைக் காலப்போக்கில் உருவாக்கிக் கொண்டுள்ளது.

அகத்திணையியலில் காலத்தைச் சிறு பொழுது, பெரும் பொழுதாக விளக்கும் தொல்காப்பியம் செய்யுளியலில்,

இறப்பே நிகழ்வே எதிர தென்னுந்
திறத்தியல் மருங்கில் தெரிந்தனர் உணரப்

பொருள்நிகழ் வுரைப்பது கால மாகும்

(தொல்.பொருள்.503)

எனச் சுட்டுகின்றது. இன்ன காலத்தில்தான் இது சுட்டப்பட வேண்டும் என்ற வரையறைகள் எவையும் அற்று கவிதையின் எடுத்துரைப்பில் செயல்படும் பொதுவான காலத்தையே இது குறிக்கின்றது. ஆனால் திணைக் கோட்பாட்டில் காலம் மிக நுட்பமாக அமைக்கப்படுவதைக் காணலாம். வைகறை, நண்பகல், மாலை, எற்பாடு, யாமம் எனக் கவிதைக்கான காலங்கள் திணைக்கோட்பாட்டில் வரையறுக்கப்படுகின்றன. மேலும் கவிதை நிகழும் இடத்தையும் காலத்தையும் திணைக் கோட்பாடு ஒன்றாக இணைத்துவிடுகின்றது (இவ்விணைப்பில் ஒரு தர்க்கம் இருப்பதை உரையாசிரியர்கள் எடுத்துரைத்துள்ளனர்); பிறகு இவ்விரண்டையும் (இடம், காலம்) கவிதையின் திரண்ட பொருளுடன் இணைக்கிறது. எடுத்துரைப்பின் காலம் நிலத்துடன் கட்டப்பட்டு அதுவே கவிதையின் காலமாக அமைக்கப்படுகின்றது. இக்காலம் குறிப்பிட்ட பாடலுக்கான காலமாக அமையாமல் குறிப்பிட்ட திணைக்கவிதைகள் அனைத்திற்கும் பொதுவானதாக அமைகின்றது. அதாவது செய்யுளியலில் காலம் பொதுநிலையில் அமைக்கப்பட, திணைக்கோட்பாட்டில் எடுத்துரைப்பின் காலமாக மட்டும் அமையாமல் திணைக்கென்று நிலையாக வரையறுக்கப்பட்ட தனிப்பட்ட / கூர்மையான காலமாக அமைக்கப்பட்டுள்ளது.

திணைக் கோட்பாட்டின் மற்றொரு முக்கியமான கூறாகிய கருப்பொருள் செய்யுளியலில் துறை என்ற கலைச் சொல்லால் பொது நிலையில் பேசப்படுகின்றது.

அவ்வவ மாக்களும் விலங்கும் அன்றிப்
பிறவவண் வரினுந் திறவதின் நாடித்
தத்தம் இயலான் மரபொடு முடியின்
அத்திறந் தானே துறையெனப் படுமே *(தொல்பொருள்.510)*

என்ற நூற்பாவுக்கு விளக்கமளிக்கும் இளம்பூரணர்,

அகப்பொருளாகிய ஏழு பெருந்திணைக்கும் புறப் பொருளாகிய ஏழு பெருந்திணைக்குமுரிய மாந்தரும் பரந்துபட்ட மாவும் புள்ளும், உம்மை யால் மரமுதலாயினவும், புறவவண் வரினுமென்ற தனால் நிலம், நீர், தீ, வளி முதலாயினவும் செய்யுட்கண் வருமிடத்துத் திறப்பாடுடைத்தாக ஆராய்ந்து தத்தமக்கேற்ற பண்போடும் பொருந்திய மரபோடும் முடியின், அவ்வாறு திறப்பாடுடைத் தாய் வருவது துறை யென்று கூறப்படும் என்றவாறு

எனக் கூறுகின்றார். மாந்தர், விலங்கு முதலிய உயிர்பொருள் களையும் தீ முதலிய இயற்கைப் பொருள்களையும் தத்தமக்குரிய மரபினை அறிந்து பொருத்த வேண்டும் என்ற இக்கருத்து, பொதுநிலையில் கவிதையில் இடம்பெறும் பொருள்கள் பொருத்தப்பாட்டுடன் இருக்கவேண்டும் என்பதையே சுட்டுகின்றது. அதே நேரம் இது கருப்பொருள் களின் மயக்கம் சார்ந்த திணைக் கோட்பாட்டை அப்படியே முன்வைப்பதாக இருப்பதையும் காணமுடிகின்றது.

திணைக்கோட்பாட்டில் முதல் கருவுக்கு அடுத்து முக்கிய மாக அமைவது உரிப்பொருளாகும். இவ்வுரிமை பொருளைச் செய்யுளியல் பொருள்வகை என்ற உறுப்பாக விளக்குகின்றது.

இன்பமும் இடும்பையும் புணர்வும் பிரிவும்
ஒழுக்கமும் என்றிவை இழுக்குநெறி யின்றி
இதுவா கித்திணைக் குரிப்பொருள் என்னாது
பொதுவாய் நிற்றல் பொருள்வகை என்ப

(தொல். பொருள்.509)

செய்யுளியலில் சுட்டப்படும் பொருள்வகை உரிப் பொருளில் இருந்து வேறுபட்டதாகவும் இத்திணைக்கு இது உரியது என்ற கடப்பாடு ஏதுமின்றிப் பொதுவாக நிற்பது என்றும் சுட்டப்படுகின்றது. இதனால், பொருள்வகை

என்பதை உரிப்பொருளாகவும் அதிலிருந்து நீட்சி அடைவ தாகவும் கருதலாம். அதே நேரம் இன்பம், துன்பம், புணர்வு, பிரிவு, ஒழுக்கம் என்பவை திணைக்குரிய உரிப் பொருள்களாகச் சுட்டப்படுவது நோக்கத்தக்கது. புணர்தல், பிரிதல் என்ப வற்றைத் தவிர்த்த இன்பம், இடும்பை, ஒழுக்கம் என்பவை அகத்திணையியலில் தொல்காப்பியம் சுட்டிய இருத்தல், இரங்கல், ஊடல் என்பவற்றைத் தான் குறிக்கின்றனவா என்ற கேள்வி எழுகின்றது. இடும்பை என்பது இரங்கலைக் குறிப்ப தாகக் கொள்ளமுடியும். அதே நேரத்தில் இன்பம் என்பதை இருத்தலாகக் கொள்ளமுடியுமா? அப்படிக் கொண்டாலும் ஒழுக்கம் என்பது ஊடலைக் குறிக்கின்றதா என்ற கேள்வி எழுகின்றது. ஒழுக்கம் என்பது 'ஒழுக்கமாக இல்லாததனால் உருவான ஊடல்' எனக் கவித்துவ, அங்கதமாக விளக்கம் அளித்துக்கொள்ளலாம். என்றாலும், தொல்காப்பியம் அகத் திணையியலில் ஒரு கலைச்சொல்லைக் குறிக்கும்போது, திரும்ப அதே கருத்தைச் சுட்ட அக்கலைச்சொல்லைப் பயன் படுத்தாமல் குழப்பம் தரக் கூடிய வேறு கலைச்சொல்லை ஏன் பயன்படுத்தியது என்பது கேள்வியாக எழுகின்றது.

அகத்திணை, புறத்திணை ஆகிய இயல்களில் மட்டு மல்லாமல் பிற இயல்களிலும் திணைக்கோட்பாடு விவரிக்கப் படுவதைப் பற்றிப் பேசும் சிவத்தம்பி *(2007:35)*,

> "களவியல்" "கற்பியல்" "பொருளியல்" ஆகியன வற்றின் தேவையும் பொருத்தப்பாடும் பற்றிப் புலமை விவாதங்கள் நடைபெற்றுள்ளன *(மார் 1985: 53-555 சிவத்தம்பி,1981,116-20)*. இம்மூன்று இயல்களும், அகத்திணைப் பாடல்கள் பற்றிய வழக்காறுகளைத் *(Conventions)* தொகுத்துத் தரு கின்றன. அகத்திணையியலினூடாக மேற்கிளம்பும் சமூகப் பண்பாட்டுடனும் குறுந்தொகை, நற்றிணை, அகநானூறு ஆகிய தொகுதிகளிலிருந்து

மேற்கிளம்பும் வாழ்வியலுடனும் களவியல், கற்பியலிற் கூறப்படுகின்றவை எந்த அளவுக்குப் பொருந்தும் என்பது மிக முக்கியமான ஒரு வினாவாகும். இது காரணமாக இந்த இயல்களைக் காலத்தாற் பிந்தியவை, இடைச்செருகல்களாக இருக்கக்கூடியவை என்று மார் (மார் 1985:54-5) கருதுகிறார்

எனச் சுட்டுகின்றார். களவியல், கற்பியல், பொருளியல் ஆகிய இயல்கள் திணைக் கோட்பாட்டைச் செய்யுளியலில் இருந்து மேலும் மேலும் விரிவுபடுத்துபவையாக இருப்பதனாலேயே அவற்றை இடைச்செருகல்களாக மார் சுட்டுகின்றார் எனலாம். அதே நேரம் திணையைச் சார்ந்து இயங்கும் கைக்கோள், கூற்று, கேட்போர் பற்றிய கருத்துகள் திணைக் கோட்பாட்டை விவரிக்கும் அகத்திணை, புறத்திணைகளில் விளக்கப்படுவ துடன் செய்யுளியலில் திரும்ப முன்வைக்கப்படுவதற்கான காரணம் என்ன என்ற கேள்வி எழுகின்றது. இங்கு மனங் கொள்ள வேண்டியது செய்யுளியல் திணைக்கோட்பாட்டை விரிவாக விளக்காத நிலையில் பிற ஆறு இயல்களில் திணைக்கோட்பாடு விளக்கப்படுவதே ஆகும்.

"ஒவ்வொரு நிலப்பகுதியையும் ஒரு குறிப்பிட்ட ஒழுக்க முறையுடன் தொடர்புபடுத்தும் மரபானது சங்க இலக்கியங் களில் காணப்படுகிறது. இந்தக் கருத்தினைக் கூறும் குறியீடாய்த் திணை என்னும் சொல் விளங்குகின்றனது" என்று கா.சிவத்தம்பி கூறுகின்றார் (1998:27). திணை என்ற சொல் எதனைக் குறிக்கின்றது என்றோ அதன் வரையறைகளையோ ஏனோ தொல்காப்பியர் சுட்டத் தவறியுள்ளார். திணை பற்றிய கருத்தாக்கம் பரவலாக, எல்லோருக்கும் தெரிந்ததாக இருந்தமையால் சுட்டாமல் விட்டிருக்கலாம். பொதுவான செய்யுள் இயற்றும் மரபிலிருந்து மாறுபட்டுக் களம், காலம், துறை, பொருள்வகை என்பவற்றைத் துல்லியமாகவும்

சிறப்பானவையாகவும் கட்டமைக்கும் நிலையிலேயே திணைக்கோட்பாடு உருக்கொண்டுள்ளது எனலாம்.

சங்கத் திணைக்கோட்பாட்டில் பொதுநிலையிலான செய்யுள் யாக்கும் மரபிற்கும் உரிய பங்கிருப்பதை மறுக்க இயலாது. இதனால் சங்கப் பாடல்களின் திணை வரையறையில் செய்யுளியலில் சுட்டப்படும் உறுப்புகளின் பங்கும் முக்கியமானது என்பதை உணரலாம். முதற்பொருள், கருப் பொருள். உரிப்பொருள் ஆகிய முப்பொருள்களே துல்லியமானவையாக, தனித்தன்மையுடையவையாக இருப்பதனால் ஒரு பாடலின் திணையை வரையறுக்க இம்முப்பொருள்கள் அடிப்படைகளாகக் கொள்ளப்பட்டுள்ளன. ஒரு பாடலின் திணையை வரையறுக்கும்போது இம்முப்பொருள்களிலும் ஒரு ஒழுங்கு முறைமை கடைப்பிடிக்கப்பட்டமையைக் காண முடிகின்றது. ஒரு பாடலில் முப்பொருள்களும் பயின்று வந்திருந்தால் முதற்பொருளாலும் கருப்பொருளும் உரிப் பொருளும் பயின்று வந்ததிருந்தால் கருப்பொருளாலும் முதற்பொருளும் கருப்பொருளும் இல்லாத சூழலில் உரிப்பொருளாலும் திணைகள் வகுக்கப்பட்டுள்ளமையைக் காணமுடிகின்றது. கைக்கோள், கூற்று, கேட்போர், முதலியவை திணைக் கவிதைகளில் முக்கியமானவையாக இருந்தாலும் திணை வரையறைக்கு இவை அடிப்படையாக அமைய மாட்டா. அதற்குக் காரணம், முதல், கரு, உரி ஆகிய பொருள்கள் இடம், காலம், பொருள்வகையில் சுட்டப்படுவதைப் போலக் கைக்கோள், கூற்று, கேட்போர், இடம் களத்துடன் கட்டப் பட்டிருப்பதே ஆகும். களவு, கற்பு என்ற ஒழுக்கம் எல்லாத் திணைகளுக்கும் இடத்திற்கும் பொதுவானவையாகும். இவ்வொழுக்கங்களைச் சார்ந்தே கூற்றுகள் முன்வைக்கப் படுகின்றன என்பதனால் ஒழுக்கமோ கூற்றோ கேட்போரோ துல்லியமாக அல்லது தனிப்பட்டதாக்கப்படாமல் பொது நிலையில் சுட்டப்படுகின்றன. அதே நேரம் திணைக் கோட்

பாட்டின் அடிப்படைகளான முதல், கரு, உரி ஆகிய முப்பொருள்கள் கூர்மைப்படுத்தப்பட்டுள்ளதை நோக்கலாம். இதனால் பொதுநிலையில் அமைந்த செய்யுளியல் கருத்துகள் கூர்மைப்படுத்தபட்ட நிலையிலேயே திணைக்கோட்பாடுகள் உருப்பெற்றுள்ளன என்பதை உணரமுடிகிறது.

கவிதையியல் சார்ந்த கருத்துகளில் குறிப்பாகத் திணை சார்ந்த கருத்துகளில் துல்லியத்தன்மையை வெளிப்படுத்தும் திணைக்கோட்பாடு காலம் (முதற்பொருளில் அமைந்திருக்கும் பெரு, சிறு பொழுதுகள்), இடம் (முதற்பொருளில் அமைந்திருக்கும் நிலம்), பொருள் (நிலத்திற்குரிய கருப்பொருள்கள்) ஆகியவற்றின் துல்லியத்துடனேயே திணையை வரையறுக்க முயன்றுள்ளது. காலம், இடம், பொருள் எனும் இப் பொருள்கள் வெளிப்படையாக அறிந்துகொள்ளக் கூடியவை யாக உள்ளன. அதனால் துல்லியத்தன்மை மிக்கவையாக இருக்கின்றன. அதே நேரத்தில் திணைக்கோட்பாட்டில் சுட்டப் படும் உரிப்பொருள்கள், முதல் பொருள், கருப் பொருள்கள் போலப் பருண்மையானவையாக அன்றி உணர்வுகளாக இருப்பதைக் காணலாம். இவ்வுணர்வுகளும் பாத்திரத்தின் மனநிலையால் அடுத்த நிலைக்கு உடனடியாக மாற்றமடையக் கூடியவையாக உள்ளன. (எடுத்துக்காட்டுக்கு: இருத்தலும் இரங்கலும் தொடர்புடைய உணர்வுகளாக உள்ளன. தலை வனின் மீது நம்பிக்கையுடன் இருந்தால் இருத்தலும் நம்பிக்கை இழந்தால் இரங்கலும் தோன்றுகின்றன. இந்த நம்பிக்கை தலைவியின் மனநிலை சார்ந்ததாகும்.) அதனால், திணைக் கோட்பாட்டில் ஒரு பாடலின் திணையை முடிவு செய்ய அல்லது வரையறுக்க உரிப்பொருள்கள்மு தன்மைப்படுத்தப் படாமல் கருப்பொருள்கள் முதன்மைப் படுத்தப்படுகின்றன எனலாம். அதாவது வெளிப்படையாக நிற்கும் கருப்பொருள் களே துல்லியத்தை அளிப்பதனால் திணை வரையறைக்கு அடிப்படையாகக் கொள்ளப்பட்டுள்ளன.

தொல்காப்பியச் செய்யுளியலில் சுட்டப்படும் செய்யுள் உறுப்புகள் பொது நிலையில் அனைத்துச் செய்யுள்ளிலும் பயின்று வரலாம் என்றே தொல்காப்பியம் சுட்டுகின்றது. அதே நேரம், திணைக் கவிதைகளில் இவை மிகுதியாகப் பயின்று வந்துள்ளதைச் சங்கச் செய்யுள்கள் காட்டுகின்றன. இதனால், தொல்காப்பியம் முன்வைக்கும் பண்டைய தமிழ்க் கவிதை யியல் திணைக்கோட்பாடுதான் என்பதையும் இத்திணைக் கோட்பாடு கல்விப் புலம் சார்ந்து கருத்தாக்கங்களாக அளிக்கப் பட்டுள்ளதையும் பிற்கால அக, புற இலக்கண நூல்களைக் கொண்டு அறியமுடிகின்றது. செய்யுளியலில் சுட்டப்படும் பொதுவான எடுத்துரைப்பு முறைகள் மேலும்மேலும் துல்லிய மாக்கப்பட்டுதனிப்பட்டகாலம், தனிபட்ட இடம், தனிப்பட்ட (கருப்) பொருள்கள், தனிப்பட்ட கருத்துப்பொருள்கள் அல்லது உரிப்பொருள்கள் உருவாக்கப்பட்டுள்ளன. துல்லியமாக்கப் பட்ட இச்செய்யுளியல் உறுப்புகளே திணைக் கோட்பாட்டில் முன்வைக்கப்பட்டுள்ளன.

திணைக் கவிதை மரபில், ஒரு பாடலுக்குச் சுட்டப்படும் திணையே பாடலின் மையத்தைச் சென்றடைவற்கான அடிப் படையாக இருக்கின்றது. ஒரு பாடலின் திணையை வரையறுப்பதற்குச் செய்யுளியலில் சுட்டப்படும் இடம், காலம், பொருள்வகை என்பவையே துல்லியமாக இருக்கும் என்ப தனால் இவை அகத்திணையியலில்,

முதல்கரு உரிப்பொருள் என்ற மூன்றே
நுவலுங் காலை முறைசிறந்தனவே
பாடலுட் பயின்றவை நாடுங்காலை *(பொருள்.3)*

எனச் சுட்டப்படுகின்றன. இந்நூற்பா உலகத்துப் பொருள்களை எல்லாம் மூவகைக்குள் அடக்குவதாகக் காட்டும் இளம்பூரணர், "முறைமையாற் சிறத்தலாவது, யாதானும் ஒரு செய்யுட்கண் முதற்பொருளும் கருப்பொருளும் வரின், முதற்பொருளால் திணையாகும் என்பதூஉம் முதற்பொருள் ஒழிய ஏனைய

இரண்டும் வரின் கருப்பொருளால் திணையாகும் என்பதூஉம் உரிப்பொருள் தானேவரின் அதனால் திணையாகும் என்பதூஉம் ஆம்" என்கிறார். இளம்பூரணம் முதல், கரு, உரி மூன்றையும் சமநிலையில் ஒன்றிலிருந்து மற்றொன்றை முறையே சிறந்தனவாகக் காட்டுகிறது. அதனால் முதலை விடக் கருவும், கருவைவிட உரியும் சிறந்தது என்ற கருத்தே இந்நூற்பாவில் அமைந்திருக்கிறது. இதனை உணர்ந்த சோமசுந்தர பாரதியார், "முறை சிறந்தன என்பதனால் முதலிற் கருவும் கருவின் உரியும் ஒன்றினொன்று முறையே மேற்சிறப் புடைத்தாமெனவும் சிறத்தன என்பதனால் சிறவாப் பிற பொருளும் உளவாமெனவும் பெறும். அகப்பாட்டுக்களில் உரிப்பொருளே தலையாயதென்பதுவும் அதற்கு முதலுங் கருவும் சிறப்புதவுந் துணையாகச் சார்ந்து வருபொருள்களா மென்பதும் வெளிப்படை" என விளக்கமளிக்கிறார்.

செய்யுளியலையும் திணைக்கோட்பாட்டையும் ஒப் பிட்டு, தொல்காப்பியர் திணைக் கோட்பாட்டின் துல்லியத் தன்மையையே முறைசிறந்தன எனக் குறிப்பதை உணரலாம். இத்துல்லியத் தன்மையற்ற பிற கைக்கோள், கூற்று, கேட்போர் முதலியவற்றை விடுத்து முதல், கரு, உரிப்பொருள்களில் கவனத்தைக் குவிக்கவேண்டும் என்கின்றார்.

திணைக்கோட்பாட்டில் ஒரு பாடலில் காட்சியை உருவாக்குவதற்கான அடிப்படைகளாக முதலும் கருவும் அமைந்துள்ளன. வெறும் காட்சி விவரணையை அளிப்பது மட்டும் ஒரு பாடலின் நோக்கம் அன்று என்பதை உணரலாம். பாடல் ஒரு கருத்தினை வெளிப்படுத்துவதை நோக்கமாகக் கொள்கின்றது. வெறும் காட்சிகள்கூட ஒரு கருத்தைச் சொல்ல லாம் என்பதைத் தொல்காப்பியக் கவிதையியலால் விளங்கிக் கொள்கின்றோம். காட்சியின் அடியில் தோன்றும் கருத்தைத் தொல்காப்பியம் முன்வைக்கும் உள்ளுறை, இறைச்சியின் அடிப்படையில் புரிந்துகொள்ளலாம். ஒவ்வொரு பாடலும் ஏதாவது ஒரு பாடுபொருளைக் கொண்டிருக்கின்றது. இப்பாடு

பொருளை அதன் கருத்தெல்லை சார்ந்து அதற்கு ஒரு தலைப்பிடுகின்றோம். அந்தத் தலைப்புதான் தொல்காப்பியம் முன்வைக்கும் உரிப்பொருள் ஆகும்.

புணர்தல் பிரிதல் இருத்தல் இரங்கல்
ஊடல் இவற்றின் நிமித்தம் என்றிவை
தேருங்காலை திணைக்குரிப் பொருளே *(தொல்பொருள்.16)*

என ஐந்து திணைகளுக்கும் ஐந்து உரிப்பொருளைத் தொல்காப்பியம் சுட்டுகின்றது. இந்த உரிப்பொருள் மட்டுமே பாடலின் கருத்து அல்ல. பாடலில் இருந்து உருவாக்கப் படுகின்ற பிழிவான ஒரு கருத்து அல்லது தலைப்பே இவ்வுரிப்பொருள் ஆகும். என்றாலும், பாடல் முன்வைக்கும் உரிப்பொருளை வைத்துத்தான் நாம் ஒரு பாடலினை, அது தரும் உணர்ச்சியைப் புரிந்துகொள்ள வேண்டியவர்களாக உள்ளோம். இந்த உரிப் பொருள்களைத் தாண்டியும் ஒரு கவிதை சில பொருள்களைப் பெற்றிருப்பதையே செய்யுளியலின் பொருள்வகை என்ற உறுப்பு காட்டுகின்றது. மேற்சொல்லப்பட்ட இப்பொருள்கள்/உணர்ச்சிகள்(புணர்தல், இருத்தல். பிரிதல், ஊடல், இரங்கல்) தேர்ந்துகொள்ள வேண்டியவை எனத் தொல்காப்பியரால் சுட்டப்படுகின்றது. இந்தத் தேர்ந்துகொள்ள வேண்டியது என்பதை எந்தத் திணைக்கு எது எனத் தேர்ந்துகொள்ள வேண்டியதாக நாம் கருதுகின்றோம்.

உண்மையில் ஒரு பாடலில் எந்த உணர்வு, அதன் சார்புணர்வு (நிமித்தம்) வெளிப்படுத்தப்படுகின்றது எனத் தேர்ந்துகொள்ள வேண்டியுள்ளது என்பதையே தொல்காப்பி யர் குறிக்கின்றார். இதனால், தேரவேண்டியிருப்பதனால் உரிப்பொருள் துல்லியத்தன்மையற்றது என்பதை வெளிப் படுத்துகின்றார். அதனால், திணைக்கோட்பாட்டில் துல்லியத் தன்மையை உடைய கருப்பொருள் திணையை வரையறுக்க அடிப்படை அலகாக அமைந்திருக்கின்றது. இதனை,

உரிப்பொருளை வெளிப்படையாகச் சுட்டாமல் முதல், கருப் பொருள்கள் மட்டும் ஒரு காட்சியை விளக்கிவிட்டுச் செல்லும் பல பாடல்கள் சங்க இலக்கியங்களில் அமைந்திருப்பதைக் கொண்டு தெளியலாம். பாடலில் வெளிப்படும் மனித அனுபவம் சார்ந்த ஓரிரு சொற்கள் கருப்பொருள் உருவாக்கிய காட்சிக்கு மனித அர்த்தத்தை ஏற்படுத்துகின்றன. இந்த மனித அர்த்தம்தான் பாடலின் பாடுபொருள் ஆகும். இதனையே உரிப்பொருள் என்கின்றோம். ஒரு பாடலின் எடுத்துரைப்பி லிருந்து வாசகன் உரிப்பொருளைக் கண்டடைகின்றான். இது உழைப்பைக் கோருகின்ற செயல்பாடாக, வாசிப்பவனின் மனநிலை சார்ந்ததாக இருக்கின்றது. அதனால். இதற்குத் துல்லியத்தன்மை இல்லாதுபோகிறது.

ஆண் பெண் உறவில் ஏற்படும் உணர்ச்சிகளான புணர்தல், பிரிதல், இருத்தல், இரங்கல், ஊடல் என்பவை முதன்மைப் பொருள்களாகவும் இந்த முதன்மைகளை முன்னிட்டு நடக்கும் (தொடர்புடைய) துணைமைகள் நிமித்தம் என்பதாகவும் சுட்டப்படுகின்றன. மேற்சுட்டப்பட்ட உரிப்பொருள்கள் அல்லது பாடுபொருள்கள் மனித வாழ்வில் வெளிப்படும் உணர்ச்சிகளை ஒரு வசதிக்காகச் சுருக்கிப் புரிந்துகொள்வதே ஆகும் (புணர்ச்சி என்பது நேரடியாகப் புணர்வதை மட்டுமே குறிப்பதில்லை என்பதைக் கவனிக்கவேண்டும்). முதன்மை உணர்ச்சிகளுக்குச் சார்பான, தொடர்புடைய உணர்ச்சிகள் நிமித்தங்களாகப் புரிந்து கொள்ளப்படுகின்றன. இப்புரிதல் வாசக அனுபவம் சார்ந்தது. இவ்வனுபவம் ஒவ்வொருவருக் கும் மாறுபடும். அதனால் திணை வரையறை துல்லியத்தை இழந்துபோகும். அதனாலேயே உரிப்பொருள் திணை வரை யறைக்கு அடிப்படையாகக் கொள்ளப்படவில்லை எனலாம்.

சங்கப் பாடல்களில் கருப்பொருள்களே அடிப்படை யாக அமைகின்றன. கருப்பொருள்களின் அடியில் சில காட்சி கள் உண்டாக்கப்பட்டு, உரிப்பொருள்கள் வெளிப்படுத்தப்படு

கின்றன. சங்கப் பாடல் அளிக்கும் கருத்துப்பொருளுக்குப் பொருத்தமான புணர்தல், பிரிதல், இருத்தல், இரங்கல், ஊடல் என்ற பெருந்தலைப்பை இடுவதன் மூலம் பாடலுக்கான உரிப்பொருளைக் கண்டடைகின்றோம். எடுத்துக்காட்டுக்கு,

> அவரோ வாரார் முல்லையும் பூத்தன
> பறியுடைக் கையர் மறியினத்து ஒழிய
> பாலொடு வந்து கூழொடு பெயரும்
> ஆடுடை இடைமகன் சென்னிச்
> சூடிய எல்லாம் சிறுபசு முகையே (குறுந். 221)

என்ற குறுந்தொகைப் பாடலில் முல்லை, மறி, ஆடு, இடைமகன், முகை எனும் கருப்பொருள்கள் வந்துள்ளன. இதனாலேயே இப்பாடல் முல்லைத் திணைப் பாடலாக வரையறை செய்யப்பட்டுள்ளது. அதே நேரம் "அவரோ வாரார்" என்ற தொடர் கார் காலம் வந்த பிறகும் தலைவன் வாராமல் இருப்பதைச் சுட்டுகின்றது. இதனால், தலைவி தலைவனைப் பிரிந்து ஆற்றி இருக்கின்றாள் என்ற கருத்து முன்வைக்கப்படுகின்றது. இதனால் இப்பாடலை முல்லைத் திணையைச் சார்ந்த இருத்தல் உரிப்பொருளை உடைய பாடலாக அறிகின்றோம். இதனால், கருப்பொருள்கள் சிறப்பாகப் பயின்று வரும் சூழலிலேயே உரிப்பொருள்கள் இணைவதை அறியமுடிகின்றது. அதே நேரம் சில பாடல்கள் ஒன்றுக்கு மேற்பட்ட உரிப்பொருள்களுடன் அமைந்திருப்பதையும் காணலாம். இது போன்ற இடங்களில் எந்தத் திணையின் கருப்பொருள் சிறப்பாக அமைந்துள்ளதோ அந்தத் திணையின் கருப்பொருள்களைக் கொண்டே திணை வகுக்கப்பட்டுள்ளது.

> வைகா வைகல் வைகவும் வாரார்
> எல்லா எல்லை எல்லவும் தோன்றார்
> யாண்டு உளர் கொல்லோ தோழி ஈண்டு இவர்
> சொல்லிய பருவமோ இதுவோ பல் ஊழ்
> புன்புறப் பெடையொடு பயிரி இன்புறவு இமைக்கண்

ஏது ஆகின்றோ ஞெமைத் தலை
ஊன்நசைப் பருந்து இருந்து உகுக்கும்
வான் உயர் பிறங்கல் மலை இறந்தோரை (குறுந்.285)

என்ற இக்குறுந்தொகைப் பாடலில் புறவு (புறா), ஞெமை (பாலைநில மரம்), பருந்து ஆகிய பாலைத் திணைக்குரிய கருப்பொருள்களும் பாலைத்திணைக்குரிய பொழுதாகிய எல்லையும் (பகல்) பயின்று வந்துள்ளன. "யாண்டுளர் கொல்லோ தோழி ஈண்டிவர் சொல்லிய பருவமோ இதுவோ" என்ற எடுத்துரைப்பில் தலைவன் பிரிந்திருப்பதும் தலைவி ஆற்றி இருப்பதும் சுட்டப்படுகின்றது. இதனால் இந்தப் பாடலுக்குப் "பருவம் கண்டு வேறுபட்ட இடத்து, வற்புறுத்தும் தோழிக்கு வன்புறை எதிரழிந்து, தலைமகள் சொல்லியது" என்ற கூற்று அளிக்கப்பட்டுள்ளது. அவர் சொன்ன பருவத்தில் வரவில்லை எனத் தலைவி சொல்வதனால், தலைவிக்குத் தலைவன் மீது இருந்த நம்பிக்கை பொய்த்துப்போகின்றது எனலாம். அதனால், இப்பாடல் இருத்தலுக்கு அடுத்த இரங்கல் உணர்வைத் தோற்றுவிக்க வேண்டும். மாறாகப் பிரிதல் உணர்வு தோன்றுகின்றது. இப்பிரிதல் உணர்வைத் தோற்றுவிப்பதற்காகவே 'தோழிக்கு வன்புறை எதிரழிந்தது' என்று கூற்று சுட்டப்படுகின்றது. எதிரழிந்து கூறாமல் இருந்தால் அது இருத்தலின் பாற்பட்டதாகவே அமைந்திருக்கும். இதனால் கூற்றுக்குள் திணையை, அதன் உரிப்பொருளைக் குறிக்கும் நுட்பம் இருப்பதையும் உணரலாம்.

திணை வரையறைக்கு உரிப்பொருளை அடிப்படை யாகக் கொள்ளவேண்டுமானால் வாரார் என்கிற சொல்லை முக்கியமானதாகக் கொள்ளவேண்டும். வாரார் என்ற இச் சொல் குறித்தகாலத்தில் தலைவன் வரவில்லை எனக் கருதும் தலைவியையும் தலைவன் மீது அவள் நம்பிக்கை இழப்பதை யும் குறிப்பதாகின்றது. இந்நம்பிக்கை இழப்பு தலைவிக்கு இரங்கல் உணர்வை ஊட்டுகின்றது. அதனால் இப்பாடல்கள் இரண்டையும் நெய்தல் திணைப் பாடல்களாக வரையறுக்க

வேண்டும். ஆனால் இப்பாடல்கள் இரண்டும் நெய்தல் திணைக்குரிய கருப்பொருள்களையோ, முதற்பொருள்க ளையோ கொண்டுவரவில்லை. மாறாக, முல்லை, பாலை நிலக்கருப்பொருள்களைக் கொண்டுள்ளன.

முதல் பாடலில் முல்லைத் திணையைச் சார்ந்த கருப் பொருள்கள் இருத்தல் உரிப்பொருளைத் தோற்று வித்ததைப் போன்று இரண்டாவது பாடலில் பாலை நிலத்தின் கருப்பொருள்கள் பிரிதல் உணர்வை உருவாக்குகின்றன. அதனால் இப்பாடல் பாலைத் திணைப் பாடலாக வரையறுக்கப்பட்டுள்ளது. இதே உணர்வை வெளிபடுத்தும் பாடலில் முல்லைத் திணைக்குரிய கருப்பொருள்கள் அமைந் திருந்தால் அப்பாடல் இருத்தல் உணர்வையே வெளிப்படுத்து வதாக அமையும். மேலும் 'தோழி எதிரழிந்தது' என்ற கூற்று அமைக்கப்படாது. இரண்டு பாடல்களிலும் (அவரோ / வைகவும்) வாரார் என்ற சொல் இடம்பெற்று குறித்த காலத்தில் வராமல் இருக்கின்ற நிலை சுட்டப்படுகின்றது. அதனால் இரண்டும் ஒரேவித மன உணர்வையே / உரிப்பொருளையே ஊட்டவேண்டும். ஆனால் முதல் பாடல் இருத்தல் உணர்வை யும் இரண்டாம் பாடல் பிரிதல் உணர்வையும் ஊட்டுகின்றன. இவ்வுணர்வுகள் கருப்பொருள்களின் அடியாகவே உண்டாக்கப்படுகின்றன. இதனால் திணை வரையறைக்குத் துல்லியத் தன்மையை வெளிப்படுத்தும் கருப்பொருள்கள் அடிப்படையாகக் கொள்ளப்பட்டுள்ளன என்பதை உணரலாம்.

தமிழ்க் கவிதையியலின் பொதுவான செய்யுள் உருவாக்க மரபுகள் தொல்காப்பியச் செய்யுளியலில் அமைக்கப் பட்டுள்ளன. பொதுவான கவிதையாக்க மரபில் ஓர் உறுப்பாக இயங்கிய திணை பற்றிய கருத்து கூர்மையடைந்து, தனிப்பட்ட கருத்தாக, சிக்கலான அமைப்பாக வளர்ந்துள்ளது. தமிழ்க் கவிதையியலில் பெருவழக்காக மேலெழுந்த

இக்கோட்பாட்டையே தொல்காப்பியப் பொருளதிகாரம் அனைத்து இயல்களிலும் விரிவாகப் பதிவு செய்திருக்கின்றது. அதனால் தொல்காப்பியச் செய்யுளியலில் காணப்படும் திணைப் பற்றிய கருத்தின் விளக்கமாகவே தொல்காப்பியப் பொருளதிகார இயல்கள் அமைந்துள்ளன எனலாம்.

பார்வைகள்

1991: தொல்காப்பியம், பொருளதிகாரம் *(உரைவளம்)* செய்யுளியல், ஆ. சிவலிங்கனார் *(பதி.)*, சென்னை: உலகத் தமிழாராய்ச்சி நிறுவனம்.

1998: க. சிவத்தம்பி, பண்டைத் தமிழ்ச் சமூகம் வரலாற்றுப் புரிதலை நோக்கி, நா. வானமாமலை, ஆ. சிவசுப்பிர மணியன், செ. போத்திரெட்டி, (மொ.பெ.) சென்னை: மக்கள் வெளியீடு.

2004: குறுந்தொகை, சென்னை: நியூ செஞ்சுரி புக் ஹவுஸ் பி லிட்..

2007: கா.சிவத்தம்பி, தொல்காப்பியமும் கவிதையும், சென்னை: குமரன் புத்தக இல்லம்.

2009: பெ. மாதையன், அகத்திணைக் கோட்பாடும் சங்க அகக் கவிதை மரபும், சென்னை: பாவை பப்ளிகேஷன்ஸ்.

2011: கே. பழனிவேலு, கூற்றுக்கோட்பாடும் தமிழ்க் கவிதையியலும், தஞ்சாவூர் : அகரம்.

4

தொல்காப்பியத் திணைக்கோட்பாடு உருவாக்கம் : சூழலியல் நோக்கு

திணைக் கோட்பாட்டு பண்டைய தமிழ்க் கவிதை யியலின் உச்சமாகத் திகழ்கின்றது. இக்கோட்பாடு முதல், கரு, உரி ஆகிய மூன்று பொருள்களின் அடிப்படையில் அமைக்கப் பட்டிருக்கின்றது. சங்க இலக்கியங்களில் அமைந்துள்ள பல பாடல்ககள் முதல், கருப் பொருள்களால் அதாவது இயற்கைப் பொருள்களால் மட்டும் ஒரு காட்சியை விளக்கிவிட்டுச் செல்பவையாக அமைந்திருப்பதைக் காணலாம். அது போலவே முதல், கருப்பொருள்கள் இல்லாமல் கருத்துப் பொருளால் மட்டும் அமைந்த பாடல்களையும் சங்க இலக்கியங்களில் காணமுடிகின்றது. பொதுவாக, இலக்கிய ஆக்கங்கள் மனிதத் தன்னிலைகளின் உணர்வுகளை வெளிப் படுத்துகின்றன. திணைக்கவிதைகளின் உரிப்பொருள் என்பது மனிதத் தன்னிலைகளின் உணர்வுகளாகும். இவ்வுணர்வுகள் திணைக் கோட்பாட்டின் இயற்கைப் பொருள்களான முதல், கருப்பொருள்களால் உருவாக்கப்படுவதைக் காணமுடி கின்றது. அதாவது உரிப்பொருள்கள் முதல், கருப்பொருள் களினால் உண்டாக்கப்படுகின்றன. ஒரு பாடலின் திணை வரையறை, இம்முப்பொருள்களில் எந்தப் பொருளைச்

சார்ந்தது என்பது பற்றி உரையாசிரியர்கள் பல கருத்துகளைத் தெரிவித்துள்ளனர்.

சங்கப் பாடல்களுக்குத் திணை வரையறை செய்யப் பட்டுள்ள முறைகளைப் பற்றி ஆராய்வதற்கு முன்னர், முதல், கரு, உரி ஆகியவற்றின் கருத்துருவாக்கம், அமைப்பு முதலிய வற்றைப் பற்றி ஆராய வேண்டியுள்ளது. இதன் மூலம் திணை வரையறையில் அமைந்துள்ள அளவையியல் நெறிகளைக் கண்டடைந்து எடுத்துரைக்க முடியும்[1]. திணைக்கோட்பாடு அடிப்படையில் இயற்கையையும் மனித உணர்வுகளையும் சார்ந்ததுள்ளதனால் சூழலியல் நோக்கில் அவற்றை ஆராயும் போது புதிய திறப்புகளைப் பெற முடியும். இதனால், திணைக்கோட்பாடு பற்றிய கருத்துருவாக்கத்தினைச் சூழ லியல் நோக்கில் ஆராய இக்கட்டுரை முயல்கின்றது.

சூழலியல் சார்ந்த திறனாய்வு அணுகுமுறைகள் அமெரிக்காவில் 1980களிலும் இங்கிலாந்தில் 1990களிலும் உருவாகியுள்ளன. Ecology சூழல் / சூழலியல் என்ற சொல் பிரெஞ்சு மொழியில் 1874 ஆண்டு வாக்கில் புழக்கத்துக்கு வந்துள்ளது என்பர். இச்சொல்லை 1864 ஆம் ஆண்டு வாக்கில் இயற்கை விஞ்ஞானி எர்னெஸ்ட் ஹாக்கல் ஜெர்மன் மொழியில் *oekologie* எனப் பயன்படுத்தியுள்ளார். 1852 ஆம் ஆண்டில் அமெரிக்க எழுத்தாளரும் சிந்தனையாளருமான ஹென்றி டேவிட் தோரா கண்டறிந்தார் என்று கருதுகின்றனர் *(2008:480,81)*.

Ecology என்ற சொல்லுக்கு இரண்டு விதமான பொருள்களைச் சுட்டுகின்றனர்.

1. Ecology என்பது உயிரினங்கள் சிலதின் தொகுதிகள் அவற்றின் சூழலுடன் இடையிடுவம் செயல் பாட்டை ஆராயத் தலைப்படும் விஞ்ஞானத்துறை. ஃப்ரான்ஸ் நாட்டில் இது

வென்டூ மலைப்பகுதியின் *(Mount Ventoux)* ஒட்டுமொத்தமான ஆய்வுடன் தொடங்கியது எனலாம். அதே காலகட்டத்தில் அமெரிக்காவின் விஸ்கான்ஸின் மாநிலத்தின் பக்கமுள்ள ஏரிகளின் ஆய்வுடன் வளர்ந்தது என்ற (இந்தத்) துறை. அதாவது உயிரினங்கள் மற்றும் அஃறிணைப் பொருட்கள் இணைகிற முழுமையை ஆராயப் புகுந்த இந்தப் புதிய துறை, ஏற்கனவே செயல்பட்ட மரபான துறைகள் மற்றும் அண்மைக் காலத் துறைகள், கணிதம் (அதாவது, வகையீட்டுச் சமன்பாடுக் கணிதம்), வெப்ப இயக்கவியல், மூலக்கூற்று – உயிரியல் போன்றவற்றை இணைந்து இயங்க முயல்கிறது.

2. சுற்றுச் சூழலைப் பல்வேறு வழிகளில் பாதுகாக்க முற்படும் மனிதர்/கள் குழு/க்களுக்கேற்றவாறு மாறுபடும் சர்ச்சைக்குரிய அரசியல் – சித்தாந்தமும் *ecology* என்றே அழைக்கப்படுகிறது.

என்று பிரெஞ்சு எழுத்தாளர் மிஷெல் ஸெர் என்பவரின் கருத்தை முன்வைப்பர்(2008:481).

மனிதனின் தொடக்க கால அறிவென்பது இயற்கையைப் பயன்படுத்திக்கொள்வதே ஆகும். அது உணவைச் சேகரிப்ப தாக, விலங்குகளை வேட்டையாடுவதாக இருந்துவந்தது. மனிதன் காலப்போக்கில் வேட்டையாடுதலிலிருந்து விலங்கு களைப் பழக்கி, பயன்படுத்திக்கொண்டுள்ளான். இந்தச் செயல்களே மனிதனின் தொழில்நுட்ப அறிவாக வளர்ந் திருந்தாலும் இயற்கையை அண்டி வாழ்வோராக இயற்கையின் பொருள்களை வேட்டையாடுவோராக மனிதன் வாழ்ந்து வந்துள்ளான். இது காலப்போக்கில் இயற்கையின் மீதான தாக்குதலாக, சீரழிவாக மாறியுள்ளது. இந்நிலையில் இயற்கை யின் பலனை முழுமையாக அடைய, அதனுடன் இணைந்து

வாழ்வது என்ற செயல்திட்டம் பல்துறை அறிஞர்களால் முன் வைக்கப்பட்டது. இக்கருத்தே சூழலியல் திறனாய்வுகள் வளர அடிப்படையாக இருந்துள்ளன. சூழலியல் திறனாய்வுக்கு அடிப்படையான சுற்றுச் சூழல் என்ற பதம் அடிப்படையில் மனிதனைச் சுற்றியுள்ளவற்றைக் குறிக்கின்றதே தவிர இயற்கையைக் குறிக்கவில்லை. இதனை உணர்ந்த அறிஞர்கள் (2004: 1),

1. சுற்றுச் சூழல் என்பது மனிதனைச் சுற்றியுள்ள சமூக, பொருளாதார, உயிரிய, இயற்பிய, வேதிய காரணிகளின் கூட்டாகும்.

2. குறிப்பிட்ட இடத்தில், காலத்தில் காணப்படும் சுற்றுப்புற நிலைமைகளின் கூட்டே சுற்றுச் சூழலாகும்.

3. சுற்றுச் சூழல் என்பது புவியின் இயற்பிய அங்கங்களின் பிரதிநிதியாகவும் மனிதனின் செயல்பாட்டால் மாறுதலுக்குட்படக் கூடிய தாகவும் உள்ளது

என்கின்றனர். என்றாலும், சுற்றுச் சூழல் என்பதன் பொருளினை இயற்கையிலிருந்து முற்றாகப் பிரித்துவிட முடியாது எனலாம்.

மனிதர்கள் இன்று பெற்றுள்ள வளர்ச்சிகள் அனைத்தும் இயற்கையிலிருந்து விலகியதனால் பெற்றவையாகும். இயற்கையுடன் இணைந்து உணவுச் சேகரிப்பு நிலையில் வாழ்ந்த மனிதன் அவ்வியற்கையிலிருந்து விலகத் தொடங்கியது முதலே வளர்ச்சியடைந்து வருகின்றான். இந்த வளர்ச்சி இயற்கையைச் சுரண்டிய வளர்ச்சி என்பதை உணரவேண்டும். மனிதர்கள் இயற்கை வளங்களைச் சமன் செய்ய முடியாத அளவுக்கு அதிகளவில் பயன்படுத்தியதன் மூலம் பெரும் பாய்ச்சலைக் கண்டிருக்கின்றார்கள். இந்தப்

பாய்ச்சல் நிரந்தரமானதன்று. இதனைத் தடுத்து நிறுத்தாது போனால் மனித சமூகம் பெரும் இன்னலைச் சந்திக்க வேண்டியிருக்கும் என்பதை உணர்ந்த அறிஞர்கள், சுற்றுச் சூழலைப் பாதுகாப்பது குறித்த கருத்துகளை வெளிப்படுத்தி வருகின்றனர். சுற்றுச் சூழல் சீர்குலைவால் ஏற்படும் பிரச்சினைகள் சமூகம், பொருளாதாரம், பண்பாடு சார்ந்தனவாக மட்டுமின்றி உயிரியல் இயற்பியல் சார்ந்தன வாகவும் இருக்கின்றன. இப்பிரச்சினைகளை வெளிப் படுத்துவதன் மூலமும் விழிப்புணர்வின் மூலமும் இயற்கையின் மீதான மனித வன்முறை யைத் தவிர்க்கும் முயற்சி மேற்கொள்ளப்பட்டு வருகின்றது.

சுற்றுச் சூழல் பற்றிய கருத்துகள் பல அறிவுத் துறைகளிலும் எதிரொலித்ததைப் போன்றே இலக்கியத் திறனாய்வுத் துறை யிலும் எதிரொலித்து சூழலியல் திறனாய்வு என்ற புதிய அணுகுமுறையை உண்டாக்கியுள்ளது. எளியதாக எடுத்துக் கொள்ள இயலாத சுற்றுச் சூழல் சார்ந்த பிரச்சினைகளைப் புரிந்துகொள்வதற்காக இலக்கிய ஆய்வாளர்கள் தமது புலம் சார்ந்து அளித்த கொடைகளின் விளைவாக 1980 களில் சூழலியல் திறனாய்வு அல்லது பசுமைக் கல்வி (Eco criticism or Green studies) என்பது உருவாகியது. அமெரிக்காவில் தொடங்கிய இத்திறனாய்வு முறைமை பின்பு இங்கிலாந்திற்குப் பரவியுள்ளது. "சூழலியல் திறனாய்வு என்பது பருண்மையான சுற்றுச் சூழலுக்கும் இலக்கியத்திற்கும் இடையிலான உறவைப் பற்றிய கல்வி என எளிமையாக வரையறை செய்யப்படுகின்றது" (2011: 239). சூழலியல் திறனாய்வு அல்லது பசுமைக் கல்வி (Eco criticism or Green studies) என்று அழைக்கப்படும் இத்தொடர்கள் பொது வாகத் திறனாய்வு அணுகுமுறைகளையே குறிக்கின்றன. இத்திறனாய்வு அணுகுமுறை அமெரிக்காவில் 1980களிலும் இங்கிலாந்தில் 1990களிலும் உருவாகியுள்ளது. மேலும், இது

இன்னமும் வளர்ந்து வரும் இயக்கமாகவே இருந்து வருகின்றது என்பர் *(மேலது).*

பண்பாட்டிற்கும் இயற்கைக்குமான தொடர்பு பற்றிச் சூழலியல் திறனாய்வில் வலிமையாகப் பேசப்படுகின்றது. அனைத்தும் சமூகத்தினாலும் மொழியினாலும் கட்டப்பட்டிருக்கின்றன/ அனைத்தும் சமூகத்தினாலோ அல்லது மொழியினாலோ கட்டப்பட்டிருக்கின்றன என்ற மிகவும் அடிப்படையான மனக்கருத்தைச் சூழலியல் திறனாய்வு நிராகரிக்கின்றது. உண்மையில் இயற்கையே நிலையானது; அதனை நாம் தவறாக வழிநடத்தினால் கடுமையான பாதிப்புகளுக்குள் ளாவோம்; இப்பாதிப்பு நமது ஊழ்வினையாலும் நடக்கலாம்; இது ஏதோ வேடிக்கைக்காகச் சொல்லப்பட்டதல்ல என்று சூழலியல் திறனாய்வு சுட்டுகின்றது. உலகம் சமூகத்தினாலும் மொழியினாலுமே கட்டப்பட்டிருப்பதாகப் பார்ப்பதே வழக்கமான முறையிலான நமது கொள்கையாகும். இது, நமது கருத்தாடல்களிலும் பனுவலாக்கங்களிலும் இருந்து கொண்டிருக்கின்றது. ஆனால், சூழலியல் நீண்ட காலமாக இருந்து கொண்டிருக்கும் இந்த மரபான கொள்கைகளைச் சில நேரங்களில் பொறுத்துக்கொள்ள இயலாத அளவுக்குக் கேள்விக்குட்படுத்துகின்றது. இக்கேள்வியையே, "ஓசோன் படலத்தின் முழுமையை மொழியினால் ஒருபோதும் கொண்டிருக்கமுடியாது" என்ற கேட் சூப்பர் *(Kate Soper)* மேற்கோளில் காண்கின்றோம்*(2011 : 243)* என்பர்.

சூழலியல் திறனாய்வு அடிப்படையில், "இலக்கியப் பனுவலாக்கங்களைச் சூழலியல் மைய நோக்குநிலையில் மறு வாசிப்பு செய்கின்றது. மேலும், இவை இயற்கை உலகை எவ்வாறு வெளிப்படுத்தியுள்ளன என்பதை அறிவதில் கவனம் கொள்கின்றது" *(மேலது)* என்பர். இருபதாம் நூற்றாண்டில் தோன்றிய இந்த இலக்கியத் திறனாய்வுக் கொள்கையைப் பண்டைய தமிழ்க் கவிதையியல் இலக்கிய உருவாக்கக் கொள்கையாகக் கைக்கொண்டிருந்ததைக் காணமுடிகின்றது.

பண்டைய தமிழ்க் கவிதையியலின் போக்கினை உணர்ந்த கெ. அய்யப்ப பணிக்கர் *(2012: 120)*,

> இன்று மேற்கத்திய மொழிகளில் *Eco Poetics* என்றழைக்கப்படுகின்ற சூழலியல் இலக்கியச் சிந்தனை உருவாகி வளர்ந்து வருகின்றது. இரண்டாயிரம் ஆண்டுகளுக்கு முன்னர் சங்ககாலப் படைப்புகளுடன் தொடர்புபடுத்தி வளர்ச்சி பெற்ற திணைக் கோட்பாடு மாறிய சூழ்நிலையில் பிறமொழி இலக்கியங்களுக்கும் இந்திய சமகால இன்றைய இலக்கியப் படைப்புகளுக்கும் பொருந்துவதாகும். ஒரு வேளை உலகிலேயே வேறெந்த மொழிகளிலும் இதுபோன்றதொரு சூழலியல் இலக்கியக் கொள்கை முற்காலத்தி லேயே தோன்றவில்லை என்பதால் திராவிடத் திணைக் கோட்பாடு நம்மால் பயன்கொள்ள வேண்டிய ஒரு கோட்பாடாகும்

என்று சுட்டுகின்றார். திணைக் கவிதையியல் பற்றிப் பரக்க பேசி வரும் நிலையில் இயற்கையை எழுதுவது ஒரு கவிதை யியல் கோட்பாடாக எவ்வாறு வடிவம் கொண்டது என்று ஆராய்வதும் சூழலியல் நோக்கில் அதனை விளக்குவதும் இக்கட்டுரையின் நோக்கங்களாக அமைகின்றன.

இயற்கையை அதன் போக்கிலேயே பயன்படுத்தி, அதனுடன் இணைந்து வாழும் வரை மனித சமூகத்தில் பெரிய மாற்றம் ஏதும் தோன்றியிருக்க முடியாது. இயற்கையைத் தன்விருப்பதிற்கு வளைக்க முற்பட்டபோதே மனித சமூகம் அடுத்த கட்ட வளர்ச்சியைப் பெற்றுள்ளது எனலாம். இதனைப் பிரெடரிக் எங்கல்ஸ் தமது குடும்பம் தனிச்சொத்து அரசு ஆகியவற்றின் தோற்றம் என்ற புகழ்பெற்ற நூலில் தெளிவாகப் பதிவு செய்துள்ளார். மனித சமூக வளர்ச்சியைக்காட்ட மிராண்டி நிலை, அநாகரிக நிலை, நாகரிக நிலை எனப் பாகுபடுத்தும் ஏங்கல்ஸ் *(1990: 45,46)*,

காட்டுமிராண்டிநிலை – உபயோகிப்பதற்குத் தயாராக இருந்த இயற்கைப் பொருட்களை உபயோகிப்பதே மேலோங்கியிருந்த ஒரு நிலை. மனிதன் உற்பத்தி செய்த பொருட்கள், பிரதானமாக, இப்படி உபயோகிப்பதற்கு வசதியாக இருந்த கருவிகளே ஆகும். அநாகரிக நிலை – கால்நடை வளர்ப்பு, நிலத்தில் பயிரிடுதல் ஆகியவை குறித்த அறிவைப் பெற்ற கட்டம் இது. மனித நடவடிக்கைகளின் மூலமாக இயற்கையின் உற்பத்தித் திறனைப் பெருக்குகின்ற வழிமுறைகள் இக்கட்டத்தில் கற்றுக் கொள்ளப்பட்டன. நாகரிக நிலை – இயற்கைப் பொருட்களை மேலும் பண்படுத்திக் கொள்வது பற்றி, தொழில் மற்றும் கலையைப் பற்றி அறிவைப் பெற்ற கட்டம் இது

என்கின்றார். இயற்கையின் உற்பத்தித் திறனைப் பெருக்கும் வழிமுறை இயற்கையைப் பயன்படுத்திக்கொள்வதாக இருந்தாலும் இயற்கையின் இயல்பிலிருந்து மாறியதே ஆகும். வளர்ச்சியின்மை மட்டுமின்றிக் குறிப்பிட்ட ஒன்றின் அபரிமிதமான வளர்ச்சியும்கூட சூழலின் சமநிலையைத் தகர்க்கும் என்பதே சுற்றுச் சூழலின் அடிப்படையாகும். உற்பத்தியை அடிப்படையாகக்கொண்ட வேளாண் பண்பாடே இயற்கை மீது தொடுக்கப்பட்ட முதல் போர் ஆகும். குறிஞ்சி, முல்லை நிலங்களில் நிகழ்த்தப்பட்ட இடப்பெயர்வு வேளாண்மை அல்லது காட்டெரிப்பு வேளாண்மை இயற்கையை அழித்தே உருக்கொண்டது. இதன் நீட்சியாகவே ஆற்றங்கரை ஓர மருதநில வேளாண்மையும் அமைந்தது. மருதநில வேளாண்மை விரிவடைய விரிவடைய இயற்கையின் சமநிலைக் குலைவும் மிகுதியானது. தொடக்கத்தில் சிறிய நிலையில் நிகழ்ந்த காடுகளை அழிக்கும் செயல் அரசுகளின் செயல்திட்டங்களில் ஒன்றாக மாறியதைப் பார்க்கின்றோம்.

காடுவெட்டி என்ற பட்டப்பெயர்களை அரசர்கள் சூடிக் கொள்வதும் காடுகொல்லுதல் என்பதும் பெருமைக்குரியவை யாக இருந்துள்ளன. இதனால் இயற்கையை அழிக்கும் செயல்கள் அரசுகளினாலேயே திட்டமிடப்பட்டிருப்பதைக் காண்கிறோம். இன்றும் இதே வித அழிவுகள் வளர்ச்சியின் பெயரால் நிகழ்த்தப்படுகின்றன. விவசாய வளர்ச்சிக்காகச் செய்யப்பட்ட இயற்கை அழிவு தொழில் வளர்ச்சிக்காக என மறுவடிவம் கொண்டுள்ளது.

அரசு என்னும் நிறுவனம் பெரிய அளவில் வளர்ச்சி பெறாத பண்டைக் காலத்தில், மருத நிலமே உச்சபட்ச வளர்ச்சியை அடைந்த பகுதியாகக் காணப்படுகின்றது. உற்பத்தியைப் பெருக்குவதற்காக மேற்கொள்ளப்பட்ட வழி முறைகளும் அந்த உற்பத்தியால் பெற்ற பொருள்களும் இணைந்து நாகரிகக் காலத்தில் பல்வேறு விளைவுகளை ஏற்படுத்தின. அதன் விளைவுகளே மருத நிலத்தில் தோன்றிய நகரங்களும் அவை சார்ந்த பண்பாடுகளும் ஆகும். நிலையான குடியிருப்புகளும் மிகுதியான உற்பத்தியும் இணைந்து கல்வி மற்றும் கலைகளைப் பெருக்கின.

இயற்கையைக் கூர்ந்து நோக்குவதன் மூலமே பண்டைய மனிதர்கள் அறிவைப் பெருக்கிக்கொண்டனர். நாகரிக நிலையில் இயற்கையில் இருந்து விலகத்தொடங்கிய பிறகும் இயற்கை வழியாகப் பெற்ற அறிவே நீடித்து வந்துள்ளது. மருதநிலப் பண்பாட்டிலும் அது வரையில் தனக்கு நெருக்கமாக இருந்த இயற்கையை முன்வைத்தே பல கருத்துகள் உருவாக்கப்பட்டுள்ளன. அவ்வாறு உருவாக்கப் பட்டதே தமிழர்கள் உருவாக்கிக்கொண்ட இயற்கை சார்ந்த இலக்கிய உருவாக்கக் கொள்கைகள் எனலாம்.

சூழலியல் பின்னணியில் பண்டைய தமிழ்க் கவிதையியலினை ஆராயப் புகும்போது இயற்கைக்கும் மனிதனுக்குமான உறவின் அடிப்படையிலேயே அது வடி

வமைக்கப்பட்டுள்ளதை அறியமுடிகின்றது. பண்டைய மனிதன் இயற்கையைப் பருண்மையாகவே அறிந்திருந்தான். பருண்மையாக அறிந்த இயற்கையிலிருந்தே நுண்மையான கருத்தாக்கங்களை உருவாக்க முயன்றிருக்கின்றான். பண்டைய மனிதன் இயற்கையை ஒரு செயல்படுபொருளாகப் பார்த்துள்ளான். இயற்கை எனும் செயல்படுபொருளை, ஒரு பங்காளியாக, நம்முடன் இணைந்து வாழும் ஒரு தன்னிலை யாகப் பார்க்கின்ற பார்வையைச் சூழலியல் திறனாய்வு அளிக்கத் தொடங்கியுள்ளது. இயற்கையை அவதானித்து உருவாக்கப்பட்ட தொடக்க காலக் கருத்தாக்கங்கள் நாகரிகம் வளர வளர இயற்கையிலிருந்து விலகத்தொடங்கியுள்ளன. பிரெஞ்சு எழுத்தாளர் மிஷெல் ஸெர் *(2008:490)* தொன்று தொட்டு இருந்துவரும் கருத்தாக்கங்களாகத் தனிமனிதத் தன்னிலை, சமுதாயத் தன்னிலை, பொருள், அறிவு, செயல் போன்ற கருத்தாக்கங்களைக் குறிக்கின்றார். மேலும்,

> இந்தக் கருத்தாக்கங்கள் இரண்டாயிரம் ஆண்டாக வளர்க்கப்பெற்று வந்திருக்கின்றன. ஆனால், இதற்கான அடிப்படை நிபந்தனையாக ஒன்று - அதாவது தன்னிலை – பொருள் என்ற ஒரு இடைவெளியை ஏற்கிற உள்ளீடான பிரிவை, பிளவை இங்கே பார்க்கலாம். இந்த அடிப்படையில் தான் செயலும் அறிவும் இயங்குகின்றன. இந்தப் பிளவின் வீச்சு இவற்றை வடிவமைத்தது. உள்ளீட்டுப் பிரிவு, தூரம், அளவு... இப்படி வளர்த்தெடுத்த கோட்பாடுகளும் செயல்பாடுகளும் இன்றைய பெரும் பரப்பில் விழுந்து நொறுங்கு கின்றன

என்கிறார். இயற்கையை விட்டு வெகு தூரம் பிளவுபட்டுள்ள நிலையில் முந்தைய கோட்பாடுகள் விழுந்து நொறுங்கி யுள்ளவையாகத் தோன்றினாலும் அக்கோட்பாடுகள் உரு

வாக்கப்பட்ட சூழலில் அவை இயற்கையிலிருந்து விலகி யிருந்தாலும் இயற்கையை ஒன்றியே இருந்ததைத் தமிழரின் திணைக்கோட்பாட்டின் அடிப்படையில் புரிந்துகொள்ளலாம்.

திணைக் கோட்பாட்டின் அடிப்படையான கருத் தாக்கங்கள் மிஷெல் ஸெர் குறிப்பிடுவதைப் போன்று தன்னிலைக்கும் பொருளுக்குமான இடைவெளியை அடிப் படையாகக் கொண்டே வடிவமைக்கப்பட்டிருக்கின்றன. பண்டைய திணைக்கோட்பாடு இயற்கை, இயற்கையுடனான மனித செயல், தன்னிலைகளின் உணர்வு எனும் அறிவுடன் கட்டமைக்கப்பட்டுள்ளதைப் புரிந்துகொள்ளலாம்.

பண்டைய கவிதையியலில் சுட்டப்படும் நான்கு நிலங்களை (குறிஞ்சி, முல்லை, மருதம், நெய்தல் (பாலை) ஒன்றிலிருந்து ஒன்று வளர்ச்சி பெற்றதாகக் காணும் மரபு உண்டு. இந்த வளர்ச்சி நிலை பொருளாதார நடவடிக்கை களுடன் சம்பந்தப்பட்டதாகும். அதாவது இயற்கையுடனான மனித செயல் சார்ந்ததாகும். வேட்டைச் சமூகம், ஆநிரைச் சமூகம், வேளாண் சமூகம், வணிகச் சமூகம் என்ற வளர்ச்சிக் கட்டங்கள் மனித செயல் சார்ந்ததாவே உருவாகியுள்ளன. இச்சமூகப் படிநிலைகள் ஒன்றிலிருந்து மற்றொன்று வளர்ச்சி பெற்றதாகப் பார்க்கப்படுகின்றது. என்றாலும், தமிழ் நிலப் பரப்பு சமச்சீரற்ற வளர்ச்சி நிலையினைக் கொண்டிருந்ததாக அறிஞர்கள் சுட்டுவதனால், பண்டைய தமிழ்ச் சமூகம் ஒன்றி லிருந்து மற்றொன்று என்ற வளர்ச்சி நிலையில் வளர்ந்தது என்று கொள்வதா? அல்லது ஒரே நேரத்தில் இந்த வாழ்க்கை முறைகள் தமிழகப் பரப்பில் அமைந்திருந்தன என்று கொள்வதா என்பதில் மாறுபட்ட கருத்துகள் நிலவுகின்றன. எப்படி இருப்பினும், தொடக்க கால மனிதர்கள் இந்தப் படி நிலை வளர்ச்சியிலேயே சமவெளிகளை நோக்கி வந்திருக் கின்றார்கள், வேளாண்மையை நோக்கி வளர்ந்திருக் கின்றார்கள் என்பது ஒத்து கொள்ளப்பட்டுள்ளது. இதனையே,

> மக்கள் மருத நில வாழ்க்கை அளவிற்கு வளர்ந்த போது அய்ந்து விதமான நிலங்களையும் அய்ந்து விதமான வாழ்க்கை முறைகளையும் அவர்கள் கண்டனர். அவற்றைத் தம் இலக்கியங்களில் குறித்து வைத்துள்ளனர் *(1987: 2)*

என்பர். இயற்கையை அழித்து அதாவது காடுகளை வெட்டி, வயல்களை உருவாக்கிச் செயற்கையாகத் தன்முயற்சியால் விளைச்சல்களைப் பெருக்கிய பின்னரே மனித இனத்தின் முந்தைய வாழ்க்கை முறைகளைக் கவிதையியல் கருத்தாக்கங்களாக வளர்த்துள்ளனர்[2]. இதனால், விலகிச் செல்லத் தொடங்கி விட்ட முந்தைய கால வாழ்க்கை முறைகளை, இயற்கையின் மீதான செயல்பாடுகளை இலக்கியமாகப் பதிவு செய்தல் என்ற கோணத்திலேயே நிலம் சார்ந்த பண்டைய தமிழரின் கவிதை யியல் உருவாக்கப்பட்டுள்ளது எனலாம்.

பண்டைக்காலக் கவிதையியல் மரபுகளைப் பற்றிப் பேசும் தொல்காப்பியம் கவிதையியல் பற்றிய கருத்துகளைத் தொடர்ச்சியாக விளக்காமல் பல இடங்களில் சிதறடித்துக் குறிப்புகளாகவே அளிக்கின்றது. தமது செய்யுளியலில் கவிதைகள் அமைந்திருக்கும் தன்மைகளைப் பற்றிப் பேசுகின்றது. (இதனைப் பற்றி இந்நூலில் இடம் பெற்றுள்ள "செய்யுள் உறுப்புகளின் துல்லியத் தன்மையும் திணைக்கோட்பாடு உருவாக்கமும்" என்ற கட்டுரை ஆராய்கின்றது.) அதே நேரத்தில் புறத்திணையியலில் பல இலக்கிய வகைமைகளின் தோற்றச் சூழல்கள் பேசப்படுகின்றன.

தொல்காப்பியச் செய்யுளியல் சங்கக் கவிதைகளில் பெருவழக்காக வெளிப்படும் திணைமரபைப் பற்றி விரிவாகப் பேசாமல், செய்யுள் உறுப்புகளில் ஒன்றாக மட்டுமே சுட்டு வதைக் கவனிக்கலாம். அதே நேரம் திணை மரபே தொல்காப்பியக் காலத்தில் நன்கு வளர்ச்சி பெற்ற மரபாக

அமைந்திருந்தமையைப் பொருளதிகாரத்தின் பிற இயல்கள் காட்டுகின்றன. திணை மரபு இயற்கையையும் இயற்கையின் மீதான மனித செயல்பாடுகளையும் கொண்டதாக இருக்க, பிற இலக்கிய மரபுகள் இயற்கையிலிருந்து பேரளவு விலகிய, வெறும் மனிதத் தன்னிலைகளின் செயல்பாடுகள் பற்றியவை யாக இருந்துள்ளன. திணை மரபின் அகத்திணையியலில் இயற்கையும் இயற்கையின் மீதான மனித செயல்பாடுகளும், தன்னிலைகளின் பாலியல் சார்ந்த மன உணர்வுகளும் கோட்பாடுகளாக அமைக்கப்பட, புறத்திணையியலில் இயற்கையில் இருந்து விலகிய மனித செயல்பாடுகளும் மனிதத் தன்னிலைகளின் சமூகம் சார்ந்த மன உணர்களும் கோட்பாடுகளாக்கப்பட்டுள்ளன. அதே நேரம் புறத்திணை யியலை இயற்கையுடன் இணைப்பதற்கான முயற்சிகளும் மேற்கொள்ளப்பட்டுள்ளமையைப் புறத்திணைகளை அகத் திணைகளுக்குப் புறனாகக் காட்டுவதிலிருந்து அறிந்து கொள்ளலாம்.

பாடுபொருள்களாகத் திணைக் கவிதையியல் சுட்டு பவற்றை மனிதத் தன்னிலைகளின் உணர்வுகள் அல்லது கருத்துப்பொருள்கள் எனப் புரிந்துகொள்ளலாம். அகம் பற்றிய திணைக் கவிதையியல், பாடுபொருள்களை / கருத்துப் பொருள்களைக் காலம், இடம் முதலியவற்றின் அடிப் படையிலும் புவியியல்சார் உயிரின, பண்பாட்டுச் சூழலிலும் கட்டமைப்பதாக அமைந்திருப்பதைக் காண முடிகின்றது. இப்பாடு பொருள்கள் புவியியல் சார் உயிரின, பண்பாட்டுச் சூழலில் பருண்மையான இயற்கைப் பொருள்களும் மனித செயல்பாடுகள் அல்லது தன்னிலைகளின் பாலியல் சார்ந்த கருத்துப் பொருள்களும் கலந்தே கட்டமைந்துள்ளன. காலம், இடம், புவியியல் சார் உயிரின மற்றும் பண்பாட்டுச் சூழல் முதலியவற்றின் அடிப்படையில், பாடுபொருள்களை முன் வைக்கும் தொல்காப்பியம் முதல், கரு, உரி ஆகிய

முப்பொருள்களை அகக் கவிதையியல் கோட்பாடுகளாக முன்வைக்கின்றது. இம்முப்பொருள்களில்,

1. முதற்பொருள் பருண்மையான இயற்கையாக இருக்கின்றது.

2. கருப்பொருள் பருண்மையான இயற்கைப் பொருள்களுடன் இணைந்த மனித செயல்பாடுகள் பற்றியதாகவும் இயற்கைச் சூழல் சார்ந்த பொருளாதார, பண்பாட்டு நடவடிக்கைகள் பற்றியதாகவும் இருக்கிறது.

3. உரிப்பொருள் தன்னிலைகள் பிற தன்னிலை களுடனான உறவினால் கொள்ளும் மனநிலைகள், உணர்வுகள் பற்றியதாக இருக்கின்றது.

இந்த முதல் கரு, உரி ஆகிய மூன்று பொருள்களையும்

1. முதற்பொருள் - இயற்கை
2. கருப்பொருள் - இயற்கை + மனித செயல்பாடு
3. உரிப்பொருள் - தன்னிலைகளின் மனஉணர்வு

என்பதாகப் புரிந்துகொள்ளலாம். பண்டைய தமிழ்க் கவிதை யியலில் சிறப்பான இடத்தைப் பெற்றிருந்த திணைக் கோட்பாட்டை இம்முப்பொருள்களும் இணைந்தே உருவாக்கியுள்ளன. தொல்காப்பியப் பொருளதிகாரத்தில் சுட்டப்படும் இலக்கியக் கொள்கைகளில் திணைக்கோட்பாடு தவிர்ந்த பிற வெறும் மனிதச் செயல்பாடுகளாக இருக்க, அகத்திணைக் கோட்பாடு மட்டும் இயற்கையுடன் இணைந்த தாக இருப்பதைக் காணமுடிகின்றது.

இயற்கையுடன் இணைந்த இவ்விலக்கியக் கோட்பாடே பண்டைக் காலத்தில் சிறப்பிடம் பெற்றிருந்ததால் திணைக் கோட்பாடு என்ற பெயரில் பொருளதிகாரம் முழுக்கவும் பேசப்பட்டுள்ளது. திணைக்கோட்பாட்டில் நிலமும்

பொழுதும் முதன்மையான பொருள்களாகச் (முதற்பொருளாகச்) சுட்டப்படுகின்றன. இவற்றைக் கால இடச்சூழல் (*Time and Space or Chronotope*) என நவீன இலக்கியக் கொள்கைகள் பேசுகின்றன. காலமும் இடமும் இணைந்தே எந்த ஒரு நிகழ்வையும் தீர்மானிக்கின்றன. காலமும் இடமும் சந்திக்கும் கணமே மனித வாழ்வில் முக்கியமானதாகும். குறிப்பிட்ட இடத்தில் அதே நிகழ்வு மீண்டும் நடந்தாலும் காலம் மாறி விட்ட நிலையில் முந்தைய மனவுணர்வை மனிதர்களுக்குத் தோற்று விப்பதில்லை. காலமும் இடமும் சந்திக்கும் கணம் தன்னுணர்வுகளால் இயக்கப்படும் மனிதர்களுக்குத் திரும்ப வரமுடியாத கணமாகும்.[3] இக்கணங்களே நுண்மையான மனவுணர்வுகளைத் தோன்றச் செய்கின்றன. இதனால் பருண்மையான முதற்பொருள் பற்றிய திணைக் கருத்தாக்கம் தன்னிலைகளின் மன உணர்வுகள் தோன்றுவதற்கான சூழல்களாக அமைக்கப்பட்டுள்ளன. பருப்பொருள்களாக இருந்தாலும் மனிதர்கள் தாவரங்களைப் போல நிலத்துடன் கட்டுண்ட அவர்கள் இல்லை. நிலத்திற்கென்று சில பொருண்மைச் சூழல்களைத் திணைக் கவிதையியல் கட்டுகின்றது (குறிஞ்சியில் களவு; முல்லை, மருதத்தில் கற்பு; நெய்தலில் களவும் கற்பும்; பாலையில் களவும் கற்பும்). இந்நிலத்துடன் காலம் இணையும் போது ஏற்படும் நிகழ்வு சார்ந்து தன்னுணர்வுடைய மனிதர்களுக்குச் சில மனவுணர்வுகள் ஏற்படுகின்றன என்பது முதற்பொருளால் முன்வைக்கப்படுகின்றது.

திணைக் கோட்பாட்டின் கருப்பொருள் பற்றிய கருத்தில் இயற்கைப் பொருள்களும் மனித செயல்பாடுகளும் இணைக்கப்பட்டுள்ளன. செய்தி, உணா, மா, மரம், புள், பறை, யாழ் என்பவை நிலம் சார்ந்து உருவான, வாழ்முறை சார்ந்து உருவான செயல்பாடுகளும் பருண்மையான பண்பாட்டுப் பொருள்களும் ஆகும். இவை இயற்கையிலிருந்து உருவாக்கப் பட்டவை என்பதனால், எந்தச் சூழலிலும் இயற்கையிலிருந்து பிரிந்திருப்பதில்லை என்பதை நாம் மனம் கொள்ளவேண்டும்.

விலகிச் சென்றாலும் இயற்கையிலிருந்து நீங்கிவிட முடியாத பல்வேறு உயிரினங்களில் ஒன்றாக மனிதர்கள் இருப்பதையே இந்த நிலை சுட்டுகின்றது. அதே நேரம் பருண்மையான பொருள்கள் தன்னிலைகள் எதிர்கொள்ளும் நிகழ்வுகளுக்கு நிலைக்களனாக அமைந்து அதன் மூலம் சில உணர்ச்சிகள் ஏற்படும்படிச் செய்கின்றன. அதனால் இயற்கையும் தன்னிலை களின் உணர்ச்சிகளும் கலந்த கலவையாகக் கருப்பொருள்கள் அமைந்திருக்கின்றன எனலாம்.

உரிப்பொருள் இயற்கையிலிருந்து விலகிய நுண்மை யான மன உணர்ச்சி; மனித நடத்தை சார்ந்தது; அதாவது தன்னிலைகளின் உணர்வு சார்ந்த்து. என்றாலும், திணைக் கோட்பாட்டில் அமைந்த கவிதைகளில் இந்தத் தன்னிலை களின் உணர்ச்சிகள் இயற்கைப் பொருள்கள் சார்ந்தே கட்டமைக்கப்படுகின்றன. அதாவது, நுண்மையான உணர்வு களும் அவ்வுணர்வுகளைத் தோன்றுவிக்கும் நிலைக்களன் களாகிய இயற்கைச் சூழலும் இணைத்துக் கட்டப்படுகின்றன. எடுத்துக்காட்டுக்கு முல்லை நிலமும் கார்காலமும் தலைவன் தலைவியரின் வாழ்வியல் சார்ந்த நிகழ்வுகளுக்கு இருத்தல் மனஉணர்ச்சியை ஊட்டுவதைக் காணலாம். இவ்வாறு ஒவ்வொரு மன உணர்ச்சியும் இயற்கைச் சூழல்களாலேயே உண்டாக்கப்படுகின்றன.

திணைக் கவிதையியல் என்று அறியப்படும் பண்டைய கவிதையியல் அடிப்படையில் இயற்கையைப் பற்றிய வகைப் பாடாகவே அமைந்துள்ளது. குறிஞ்சி முல்லை மருதம் நெய்தல் பாலை என்னும் பிரிவினைகள் அன்பின் ஐந்திணையில் சுட்டப்பட்டாலும் நிலங்கள் நான்காகவே சுட்டப்படு கின்றன. ஐந்தாவதான நிலம் கவிதையியல் கருத்திற்காகக் கட்டப் பட்டுள்ளது.

இந்நிலம் பிற நிலங்களைப் போலப் பருண்மையான தன்று என்பதனால் பருண்மையான நிலங்களுக்கு அமைந்

துள்ளதைப் போன்று பெயர் எதனையும் சுட்டாத தொல்காப்பியர்,

> நடுவ ணைந்திணை நடுவண தொழியப்
> படுதிரை வையம் பாத்திய பண்பே. (தொல். 949)

எனச் சுட்டுகிறார். நடுவணதாகச் சுட்டப்பட்ட திணை பாலையாக அறியப்படுகின்றது.

> நடுவுநிலைத் திணையே நண்பகல் வேனிலொடு
> முடிவுநிலை மருங்கின் முன்னிய நெறித்தே (தொல். 958)

> பின்பனி தானு முரித்தென மொழிப (தொல். 959)
> இருவகைப் பிரிவு நிலைபெறத் தோன்றலும்
> உரிய தாகு மென்மனார் புலவர் (தொல். 960)

என்ற நூற்பாக்கள் நிலம் சுட்டப்படாத பாலைக்கு, அதாவது கருத்தால் மட்டும் கட்டமைக்கப்படும் நிலத்திற்குச் சிறு பொழுது, பெரும் பொழுது ஆகியவற்றைச் சுட்டுவதுடன் பிரிதல் எனும் உரிப்பொருளையும் சுட்டுகின்றன. இதனால் பருண்மையையும் நுண்மையையும் இணைக்கின்ற அடிக்கருத்தியல் பாலைக்கும் அமைக்கப்படுகின்றது.

ஐந்து திணை பற்றிய பகுப்பில் நிலம் எனும் பருண்மை யான பொருளும் கருத்துப்பொருளும் இணைக்கப்படுவதைக் காணலாம். குறிஞ்சி, முல்லை, மருதம், நெய்தல் என்பனவற்றில் கருத்துப்பொருள்கள் (புணர்தல், இருத்தல், ஊடல், இரங்கல்) பருண்மைப் பொருள்களால் (நிலம்) அடையாளம் காட்டப் படுகின்றன. இத்திணை என்னும் கவிதையியல் மரபை வெறும் நிலமாகப் புரிந்துகொள்ளுதல் தவறானது என்பதை உணர்த்தவே நிலமற்ற பாலை கருத்துப் பொருளால் உண்டாக்கப்பட்டுள்ளது எனலாம். பருப்பொருள்களும் நுண்பொருள்களும் இணைந்த கலவையான கருத்தே திணையாக வடிவமைக்கப்பட்டுள்ளது. இப்படிப் பருப் பொருளையும் நுண்பொருளையும் (கருத்து) இணைப்ப

தென்பது பருப்பொருளிலிருந்து விலகும்போதே சாத்திய மாகும். அதனால், பண்டைய கவிதையியல் என்பது நிலத்தி லிருந்து அல்லது இயற்கையை விலக்கி வைத்துப் பார்க்கத் தொடங்கிய நிலையிலேயே தோற்றம் கொண்டுள்ளது எனலாம்.

பருண்மையான நிலம் மற்றும் நுண்மையான கருத்து என்னும் இணைவுகள் திணைக்கோட்பாடாக வடிவமைக்கப் பட்ட சூழலில் பருண்மையான நிலம் அற்று பிரிதல் என்ற கருத்தை மட்டும் முதன்மைபடுத்திய திணையும் வரையறுக்கப் பட்டுள்ளமை நோக்கத்தக்கது. உண்மையில் ஒரு நிலத்தை விட்டு வேறு நிலத்திற்குப் பெயர்ந்த இடப்பெயர்வே கருத்துப் பொருள்கள் பற்றிய வளர்ச்சிக்கு அடிப்படையாக அமைந்துள்ளது. நிலமற்று இடப்பெயர்வை மட்டும் அடிப்படையாகக் கொண்டு வகுக்கப்பட்ட திணை பாலை எனச் சுட்டப்படுகின்றது.

பாலை என்ற திணை அகத்திணையில் நடுவணது, நடுவுநிலைத்திணை எனக் கருத்தாகவே சுட்டப்படுகின்றது. பாலை நிலம் சார்ந்த சங்கப் பாடல்களின் வர்ணனைகளில் வறண்ட குறிஞ்சி, முல்லை நிலங்களே இடம் பெறுகின்றன. தமிழ் நில அமைப்பில் பருண்மையான பாலை நிலம் என்பது மாற்றத்திற்கு உட்படக்கூடியதாகும். அதாவது குறிஞ்சியிலோ முல்லையிலோ அடக்கிவிட முடியாத நிலமாக, நிலையற்ற நிலமாக இது இருக்கின்றது. அதனால், கருத்தாக இது இயங்கு கின்றது. இடப்பெயர்வை அடிப்படையாகக் கொண்டுள்ள பிரிதல் எனும் கருத்துப்பொருளுக்கு இந்த நிலையற்ற, கருத்துப்பொருளாக அமையும் நிலம் நிலைக்களனாக்கப் பட்டுள்ளது எனலாம். அகத்திணையிலில் சுட்டப்படாத பாலை என்ற சொல்,

வாகை தானே பாலையது புறனே (தொல்.1023)
தனி மகள் புலம்பிய முதுபாலையும் (தொல்.1029)

எனப் புறத்திணையில் ஆளப்படுகின்றது. இங்குப் புறத்திணை என்பது முழுக்க நுண்பொருள்களால், கருத்துப்பொருள்களால் அமைந்திருப்பதைக் கவனத்தில் கொள்ளவேண்டியுள்ளது. சங்க இலக்கியங்களில், அகப்பாடல்களின் அளவுக்குப் புறப் பாடல்களில் இயற்கை பாடப்படவில்லை என்ற கருத்தினை இத்துடன் இணைத்து நோக்கலாம்.

அன்பின் ஐந்திணைகளில் நிலம் அல்லது இடம் சுட்டப் படாத குறிஞ்சி முல்லை ஆகிய நிலங்களின் நடுவணதாக அமைந்துள்ள பாலைத் திணைக்கு புவியியல் சார் உயிரின மற்றும் பண்பாட்டுச் சூழல்கள் சுட்டப்படுகின்றன. நிலங் களை உடைய பிற திணைகளுக்கு இணையாகப் பாலைக்கு முதற்பொருள்களில் காலமும் இயற்கை மற்றும் மனித செயல்பாடுகளைக் காட்டும் பொருள்களாகிய கருப்பொருள் களும் அளிக்கப்பட்டுள்ளன.

கவிதையியலுக்குக் கருத்துப் பொருள்களே முதன்மை யானவை என்றாலும், இக்கருத்துப்பொருள்கள் நிகழ்வு களாகவே வெளிப்படுகின்றன என்பதனால் இடமும் காலமும் முக்கியமாகின்றன. அகத்திணையில் தன்னிலைகளின் நிகழ்வு களாக அமையும் இக்கருத்துப்பொருள்கள் புறத்திணைகளில் சமூகத்தின் நிகழ்வுகளாக அமைகின்றன. அதனால் புறத்திணை நிகழ்வுகளுக்கும் இடம் மற்றும் காலங்கள் சுட்டவேண்டி யுள்ளது. புறத்திணையில் சுட்டப்படும் கருத்துப் பொருள்கள், இயற்கையானநிலம், நிலம் சார்ந்து அமைந்துள்ளபண்பாட்டுக் கூறுகளைக் கடந்த அரசு அதிகாரக் கட்டமைப்பு சார்ந்தன வாகும். இயற்கை நிலங்களுடன் மட்டும் அரசின் அதிகாரப் பரப்புகள் நின்றுவிடாத சூழலில் அதிகாரப் படிநிலைகள் தோன்றிப் பரவிய முறையில் நிலங்களை வரிசைப்படுத்த அகத்திணை நிலப் பிரிவுகள் பயன் படுத்தப்பட்டுள்ளன. நிலம் சார்ந்த பொருளாதார, சமூக, பண்பாட்டுக் கூறுகளால் உருவான இனக்குழுத் தலைமை அரசு அதிகாரப் பரவலில் பண்பாட்டுச்

சூழலியல் சார்ந்த அடையாளங்களை இழந்து நிறுவனமாக இறுக்கம் கொள்கின்றது. இதனால் புறத்திணை நிகழ்வு களுக்குக் குறிப்பிட்ட நிலங்களை வரையறுக்க இயலாமல் போகின்றது. என்றாலும், புறத்திணைகள் முன்வைக்கும் கருத்துப் பொருள்கள் உருவாவதற்கான சூழல்கள் சில நிலப்பரப்புகளிலேயே தோன்றியுள்ளன. அந்நிலப்பரப்பு களுடன் புறத்திணைகளின் கருத்துப்பொருள்களை இணைப் பதற்காக, புறத்திணைகளுக்கான நிலங்களைத் தொல்காப்பியம் நேரடியாகச் சுட்டாமல் அகத்திணையின் நிலங்களிலிருந்து உருவாக்கிக்கொள்ளுமாறு செய்கின்றது. இதனால் புறத்திணை யில் நிலம் கருத்துப் பொருளாகவே முன்வைக்கப்படுகின்றது எனலாம்.

சூழலியல் சார்ந்து உருவான தமிழ்க் கவிதையியல் பருண்மையாக இயற்கையையும் நுண்மையாகக் கருத்துப் பொருள்களையும் சுட்டுகின்றது. இந்த அமைப்பைச் சங்க இலக்கியங்கள் முழுவதும் காணமுடிகின்றது.

சங்க அகப் பாடல்கள் அனைத்தும் உரிப்பொருள்களைக் கொண்டிருந்தாலும் பாடல்களில் முக்கிய இடத்தினைப் பெறு வது இயற்கைப் பொருள்களின் அடியாக அமைந்த காட்சி வர்ணனையே ஆகும். இதனால் பெரும்பாலான அகக் கவிதைகள்

1. காட்சி

2. உரைத்தல்

ஆகிய பகுதிகளைக் கொண்டவையாக இருப்பதைக் காண லாம். காட்சிப் பகுதி இயற்கையினுடனான உறவாக இருக்கின்றது. உரைத்தல் என்னும் பகுதி கருத்தாடலாக அமைகின்றது. இவற்றை

1. காட்சி – இயற்கை;

2. உரைத்தல் – மனித ஊடாட்டம்

எனப் புரிந்துகொள்ளலாம். இயற்கைப் பொருள்களால் (முதல், கரு) அமைந்த காட்சியும் மனித உணர்வை வெளிப்படுத்தும் உரையும் இணைந்து பாடலுக்கான கருத்தாடலை வடிவமைக்கின்றன. இதனால் கவிதையைப் புரிந்துகொள்வது என்பது இயற்கையை மீறியதாக அமைய இயலாத நிலையைத் திணைக் கவிதையியல் உருவாக்குகின்றது. அதே சமயம் இயற்கையை அதன் அழகுக்காக மட்டும் தனியாகப் பாடும் வழக்கம் ஏதும் சங்கப் பாடல்களில் காணப்படவில்லை என்பதையும் மனங்கொள்ள வேண்டும். இயற்கையை மட்டும் பாடும் பாடல்களும் இயற்கையின் மீதேற்றி மனவுணர்வுகளை வெளிப்படுத்தும் பாங்கிலேயே அமைந்திருக்கின்றன. சங்கப் பாடல்களில் அமைந்துள்ள காட்சி மனித மனவுணர்வுகளைக் கிளர்த்தும் நோக்கில் அமைந்திருப்பதைக் காண முடிகின்றது. இத்தகு பாடல்களை இறைச்சி எனத் தொல்காப்பியம் சுட்டும் கொள்கையாலேயே புரிந்துகொள்ள இயலும்.

இறைச்சி என்பது கருப்பொருள்களைக் குறிக்கும் சொல்லாகவே சங்க இலக்கியம் / தொல்காப்பியத்தில் பயின்று வந்துள்ளதைக் காணமுடிகின்றது.

இடைச்சுரத்து இறைச்சியும் வினையும் சுட்டி
(தொல்.1098)

ஆற்றிடைக் கண்ட பொருளும் இறைச்சியும்
(தொல்.1120)

என்னும் நூற்பாக்கள் கருப்பொருள்களையே இறைச்சி எனச் சுட்டுவதைக் காணலாம். பருப்பொருள்களை, கருப்பொருள்களைக் குறிக்கும் இச்சொல் கருப்பொருள்களின் அடியாக நுண்பொருளை உருவாக்கும் இலக்கிய உத்தியைக் குறிக்கும் கலைச்சொல்லாகப் பயன்படுத்தப்பட்டுள்ளது. உரையாடல் பகுதி இல்லாமல் இறைச்சிகளால் அமைக்கப்படும் காட்சி

களை மட்டும் கொண்ட பாடல்களில் பொருளைப் புறத்தில் இருந்து மட்டுமே பெற்றுக்கொள்ளவேண்டும் என்பதைத் தொல்காப்பியம்

இறைச்சி தானே பொருள் புறத் ததுவே (தொல்.1178)

என்கின்றது. இந்த இறைச்சியில் பிறக்கும் பொருளுக்கு இதுதான் முடிந்த பொருள் என்று வரையறை ஏதும் கூற முடியாது என்பதை,

இறைச்சியிற் பிறக்கும் பொருளுமாருளவே (தொல்.1179)

எனச் சுட்டுகின்றது. இயற்கையான பருப்பொருள்களிருந்து நுண்பொருள்களை உருவாக்கிக்கொள்ளும் இலக்கியக் கொள்கையாக இறைச்சி சுட்டப்படுகிறது. இயற்கையான பருப்பொருள்களிலிருந்து உரைப்பகுதி இல்லாமலேயே நேரடியாக நுண்பொருளை உருவாக்கும் உத்தியாக இவ்விறைச்சி அமைந்திருப்பதைக் காணமுடிகின்றது.

தொல்காப்பியத்தின் வழியாக நாம் அறிந்துகொள்ளும் திணை என்ற கவிதையியல் மரபு பருண்மையான இயற்கையி லிருந்தே நுண்மையான கவிதையியல் கூறுகள் உருவாக்கப் பட்டுள்ளதைக் காட்டுகின்றது. சூழலியல் திறனாய்வு முறைமைகள் இலக்கியங்கள் இயற்கை உலகை எவ்வாறு வெளிப்படுத்துகின்றன என்பதாக அமைய இயற்கை உலகத் திலிருந்தே பண்டைய தமிழ்க் கவிதையியல் சிந்தனைகள் உருவாக்கப்பட்டிருப்பதைக் காணமுடிகின்றது. இயற்கை; இயற்கையுடன் இணைந்த மனித ஊடாட்டம்; தன்னிலை களின் மனவுணர்வு என அமைந்துள்ள பண்டைய கவிதையியல் நுண்பொருள்களை, மனவுணர்வுகளை இயற்கையுடன் இணைத்தே பேசுகின்றது. இயற்கையை, பருண்மையை விடுத்து இக்கவிதைகளைப் புரிந்துகொள்வது என்பது இயலாது. இதனால் மனித உணர்வுகளும் இயற்கையும் ஒன்றிப்போகும் தன்மையைச் சுட்டுவதாக இவை இருப்ப தாகக் கருதலாம்.

குறிப்புகள்

1. கருத்துக்கள் கட்டமைந்துள்ள முறைகள், அவற்றிற்கு இடையிலான தொடர்புறுத்தல் தன்மைகளை ஆராயும் நெறி கருத்தாடல் எனப்படு கின்றது. ஒரு கருத்து சொல்பவர், கேட்பவர் எனும் முனைகளுக்கிடையில் பரிமாறப்படும்போது மொழியின் அடிப்படைக் கூறுகளான ஒலியன்கள், உருபன் ஆகியவற்றால் மட்டும் பரிமாறப்படுவ தில்லை. அக்கருத்துகள் மொழியமைப்பில் சொற் களின் எதிர்நிலைகள், சொற்களின் சேர்க்கை களினால் உருவாகும் (புது) கருத்துகள் ஆகிய வற்றினாலும் அமைந்திருக்கின்றன. இவற்றைப் பற்றி எடுத்துரைக்கின்ற அளவையியல் நெறியே எடுத்துரைப்பியல் எனப்படுகின்றது.

2. தொல்காப்பியம் முன்வைக்கும் அகத்திணை (களவு, கற்பு) வாழ்வென்பது அன்றைய காலத்தின் நடப்பு வாழ்க்கையாகப் பார்க்கும் போக்கு உள்ளது. தொல்காப்பியம் முந்தைய கால வாழ்க்கை நெறிகளை/ கவிதையியல் நெறிகளை இலக்கியக் கருத்தாக்கங்களாக முன்வைக்கின்றதே அன்றி, தனது காலத்துக் கருத்துகளாக முன்வைக்கவில்லை என்பதை உணரலாம். எடுத்துக்காட்டுக்கு களவு/ கற்பு பற்றிய கருத்தாக்கங்களில் களவைத் தீங்கை ஏற்படுத்தும் கருத்தாகச் சுட்டுவதைக் காட்டலாம். தொல்காப்பியம் களவு/கற்பு பற்றிய கருத்துகளை இலக்கியப் பயில்முறையாக மட்டும் முன் வைக்கின்றதே அன்றி, ஒத்துக்கொள்ளப்பட்ட நடப்புக் காலக் கருத்தாக முன்வைக்கவில்லை. இக்கருத்தைத் தொல்காப்பியத்தை நுணுகி வாசிப்பதன் மூலமும் நிறுவ வேண்டியுள்ளது.

அதுபோலவே சங்கப் பாடல்களை நடப்புச் சமூகத்தைப் பிரதிப்பலிப்பதாகக் காணும் போக்கு உண்டு. இலக்கிய உருவாக்கங்கள் நடப்புச் சமூகத்திலிருந்து முன்பின்னாக இயங்கக் கூடியவை என்பதையும் நாம் கவனத்தில் கொள்ளவேண்டும். சங்க இலக்கியம் முன்வைக்கும் பல கருத்துகள் முந்தைய தலைமுறைக் கருத்துகளை நினைவில் இருந்து எழுதியவையாக இருக்கலாம். இக்கருத்தை விரிவான ஆய்வுக்கு உட்படுத்த வேண்டும்.

3. இயற்கையே இடமாக அமைந் திருக்கின்றது. இவ்வியற்கை மனவுணர்வற்றது என்பதனால் காலம் சந்திக்கும் கணத்தால் அது பாதிக்கப்படு வதில்லை, அதனால் இயற்கைக்கும் காலத்திற்கு மான உறவு என்பது பொருளற்றதாகவே கருதப் பட்டது. ஆனால், தற்போது காலமும் இயற்கையும் சந்திக்கும் கணங்கள் புவிப்பரப்பில் ஏராளமான மாற்றங்களை உருவாக்கிவிடுகின்றன. மனத்தை உடைய தன்னிலைகள் பிரச்சினைகளை எதிர் கொள்வதைப் போன்று இயற்கையும் பிரச்சினை களை எதிர்கொள்ளத் தொடங்கியுள்ளது. இதனால் இயற்கைக்கும் தன்னிலைகளுக்குத் தரப்படும் முதன்மை தரப்பட்டு சட்ட வரம்புக்குள் கொண்டு வரப்படுவதைக் காணலாம். சுற்றுச் சூழல் சார்ந்த சட்டங்களும் சூழலைப் பயன்படுத்துவதற்கு (சீர் குலைப்பதற்கு) வைக்கப்படுகின்ற அளவுகோல் களும் இயற்கையைத் தன்னிலைகளாக்குகின்ற செயல்பாடுகளே எனலாம். (பிரெஞ்சு அறிஞர் மிஷெல் ஸெர் கூறும் இயற்கை ஒப்பந்தம் பற்றிய கருத்துகளின் பின்னணியில் இக்கருத்து முன் வைக்கப்படுகின்றது)

பார்வைகள்

1987: கு. மா. பாலசுப்பிரமணியம், பண்டைத் தமிழ்ச் சமுதாய வளர்ச்சி ஒரு மார்க்சிய நோக்கு, தமிழ்ப்புத்தகாலயம் (வி.உ), சென்னை.

1990: பி.எங்கல்ஸ், குடும்பம் தனிச்சொத்து அரசு ஆகியவற்றின் தோற்றம், நியூசெஞ்சுரி புக் ஹவுஸ் பிரைவேட் லிமிடெட், சென்னை

2004: சுற்றுச் சூழல் கல்வி, பெரியார் ஈ.வே.ரா. கல்லூரி, திருச்சி.

2008: நாகார்ஜூனன், நளிர், ஆழி பப்ளிஷர்ஸ், சென்னை.

2011: Peter Barry, Beginning Theory an Introduction to Literary and Cultural Theory, Viva Books, New Delhi.

2011: க. பஞ்சாங்கம், இலக்கியமும் திறனாய்வுக் கோட்பாடு களும், அன்னம், தஞ்சாவூர்.

2012: கெ.அய்யப்பபணிக்கர், இந்திய இலக்கியக்கோட்பாடுகள் சூழல் – பொருத்தம், ந.மனோகரன் (மொ.பெ.), மாற்று, சென்னை.

5

தொல்காப்பியக் கவிதையியல் : கூற்று

தொல்காப்பியத்திலிருந்தே தமிழின் கவிதையியல் பற்றிய கருத்துகளைத் தொடங்கவேண்டி உள்ளது. தொல்காப்பியம் தமிழ் மொழியின் அமைப்பை விளக்கிச்செல்வது போலவே கவிதையியலையும் விளக்கு கின்றது. மொழியின் அமைப்பை விளக்கும்போது உள்ள தெளிவு கவிதையியலை விளக்கும்போது இல்லாது போவதையும் கவிதையியல் பற்றிய விளக்கங்களில் பல இடைவெளிகள் இருப்பதையும் சாதாரணமாகவே உணர்ந்து கொள்ள முடிகின்றது. அதே நேரம் தமிழ்க் கவிதையியல் பற்றிய செய்திகள் ஓர் இடத்தில் குவித்து விளக்கப்படாமல் நூலின் பல இடங்களில் சிதறடிக்கப் பட்டிருப்பதையும் காணமுடிகின்றது. இடைவெளிகள் பல கொண்ட சிதறிய நிலையில் தெரிவிக்கபட்டுள்ள கருத்துகளிலிருந்தே நாம் கவிதையியல் பற்றிய கருத்துகளை உருவாக்கிக்கொள்ள வேண்டியவர்களாக உள்ளோம்.

தொல்காப்பியம் முன்வைக்கும் தமிழ்க் கவிதையியல் பற்றிய கருத்துகள் திணைக்கோட்பாடு என அறியப்படுகிறது. இக்கோட்பாட்டில் தமிழ்ச் சமூகப் பரிணாம வளர்ச்சியின் கூறுகள் அமைந்து கிடப்பதை அறிஞர்கள் பலரும் வெளிப்

படுத்தியுள்ளனர். என்றாலும், இக்கோட்பாடு அடிப்படையில் கவிதையியல் நுட்பங்களைப் பேசுவதாகவே அமைந்திருக்கின்றது. இன்று மேலைநாடுகளில் உருவாக்கப்பட்டுள்ள பல கவிதையியல் கொள்கைகளுடைய அடிப்படைகள், நமது தொல்காப்பியக் கவிதையியலிலே அமைந்திருப்பதைக் காண முடியும். திணைக் கோட்பாட்டிற்கு உள்ளே கவிதையின் நுட்பங்களை, அமைப்பை வெளிப்படுத்தும் பல்வேறு கோட்பாடுகள் (இறைச்சி, குறிப்புப்பொருள், உள்ளுறை) பொதிந்துகிடக்கின்றன. என்ன காரணத்தினாலோ அவை கவிதையியல் கோட்பாடுகளாகத் தனித்தனியே வளர்த்தெடுக்கப்படாமல் போய்விட்டன.[1]

பண்டைய தமிழ்க் கவிதையியலை வரையறுக்கும் தொல்காப்பியம் 'அகம், புறம், களவு, கற்பு, முதல், கரு, உரி, திணை, துறை, கூற்று, கேட்போர், காலம், களம், பயன், எச்சம், முன்னம், உள்ளுறை, இறைச்சி, உவமம்' எனப் பல்வேறு கலைச்சொற்களை அறிமுகப்படுத்துகிறது. இக்கலைச் சொற்கள் தமிழ்க் கவிதையியலின் குறிப்பிட்ட சில பகுதிகளை விளக்குபவையாக இருக்கின்றன. அதே நேரம் ஒவ்வொரு கலைச்சொல்லும் ஒரு பொருண்மைத் தொகுதியாக இயங்குவதைக் காணமுடிகின்றது. இப்பொருண்மைத் தொகுதிகள் மற்ற பொருண்மைத் தொகுதிகளுடன் கொள்ளும் உறவின் அடிப்படையிலேயே அர்த்தம் கொள்கின்றன. அல்லது இப்பொருண்மைத் தொகுதிகள் முன்பின்னாக அமைந்து தமிழ்க் கவிதையியலாகத் தோற்றம் கொள்கின்றன. தொல்காப்பியம் சுட்டும் இக்கலைச்சொற்களில் கூற்று என்பது முக்கியமான கலைச்சொல்லாக விளங்குகின்றது. சங்கக் கவிதைகளைப் புரிந்துகொள்வதற்கான அடிப்படை அலகாக கூற்று அமைந்திருப்பதை அறியமுடிகின்றது. இக்கட்டுரை தொல்காப்பியரால் முன்வைக்கப்படும் செய்யுளியல் உறுப்பான கூற்று அமைந்திருக்கும் முறையை,

அதன் செயல்பாட்டை விளக்க முறப்படுகின்றது. சங்கக் கவிதைகளில் அமைந்திருக்கும் கூற்றுகளை இக்கட்டுரை கவனத்தில் கொள்ளவில்லை.

பொதுவாக மொழியால் அமைந்துள்ள இலக்கியத்தில், செயல்நிலை *(Level of functional mediation)*, புனைவுசார்ந்த இடைநிலை *(Level of fictional mediation)*, புனைவற்ற தொடர்பியல்நிலை *(Level of non fictional Communication)* என மூன்று வகையான தொடர்பியல் நிலைகள் அமைந்துள்ளன. இந்தத் தொடர்பியல் நிலைகளுக்கு இடையில் தொடர்பு கொள்ளும் பொருள்கள் அமைந்திருக்கின்றன. இப் பொருள்கள் ஆசிரியர்– வாசகர், எடுத்துரைப்பாளர்– கேட்பவர், பாத்திரம் - பாத்திரம் எனும் முனைகளுக்கு இடையில் அமைந்திருக் கின்றன. சொல்பவர் கேட்பவர் ஆகிய இரு முனைகளுக்கு இடையில் அமைந்திருக்கும் இப்பொருளையே நாம் பாடுபொருள் என்கின்றோம். சங்கக் கவிதையியல் பாடுபொருளை உரிப்பொருள் என்று சுருக்கி வழங்குகின்றது. சங்கக் கவிதைகளில் கவிதைக்கான பொருளைக் கவிதையின் எடுத்துரைப் பாளர் நேரடியாகச் சுட்டிவிடாமல் நிலம், பொழுது, நிலத்திற்குரிய கருப்பொருள்களான தெய்வம், உணவு, மா, மரம், பறை, செயல், யாழ், பறை உள்ளிட்டவற்றை அடிப்படையாகக்கொண்டு உரைக்கின்றார்.

ஒரு கவிதைத் தொடர்பியலில் முன்வைக்கப்படுகின்ற செய்தி, வெறும் செய்தியாக மட்டும் இருப்பதில்லை. அது வேறு பல செயல்பாடுகளுடன் இணைந்ததாகவே இருக் கின்றது. கவிதைத் தொடர்பியலில் பொருளை உரு வாக்குகின்ற சூழலும் பயன்படுத்தப்படுகின்ற மொழியும் இம்மொழி உருவாக்குகின்ற இணைப்புகளும் முக்கிய மானவையாகின்றன. சூழல், மொழிக்குறி, தொடர்பு என மேலை அறிஞர்களால் சுட்டப்படும் இவற்றை விலக்கிவிட்டு கவிதை முன்வைக்கின்ற செய்தியைப் புரிந்துகொள்ள

இயலாது. சங்க இலக்கிய, தொல்காப்பியக் கவிதையியல் சுட்டும் (உரிப்) பொருள், தகவல் தொடர்பியலின் செய்தி அல்லது கருத்து ஆகும். இந்தக் கருத்தைக் கவிதையாக்குகின்ற சூழலும் நுட்பமான மொழியாடலும் கூற்றுகளிலேயே பொதிந்திருக்கின்றன.

தொல்காப்பியம் சுட்டும் கூற்றை ஆய்வாளர்கள் பலர் விரிவாக ஆராய்ந்துள்ளனர். ச. சிவகாமியின் 'தொல்காப்பியக் கூற்றுப் பகுப்பாய்வு' என்ற கட்டுரை தொல்காப்பியத்தில் காணப்படுகின்ற கூற்று பற்றிய செய்திகளை எல்லாம் தொகுத்துப் பகுப்பாய்வு செய்துள்ளது. அவர், தொல் காப்பியத்தில் கூற்று பற்றி நூற்று ஐம்பத்து மூன்று நூற்பாக்கள் காணப்படுவதாகக் குறிக்கின்றார். மேலும், கூற்று என்ற சொல் பதின்மூன்று இடங்களில் மட்டுமே காணப்படுகின்றது. கிளவி, செப்பு, சொல், உரை, மொழி எனும் சொற்களையும் தொல்காப்பியம் கையாண்டுள்ளது. கூற்றோடு தொடர் புடவையாக உசாதல், உயிர்த்தல், உரைத்தல், எடுத்தல், என்றல், கழறல், கிளத்தல், கூறுதல், சாற்றல், செப்பல், நுதலிய, பெயர்த்தல், மொழிதல், விடுத்தல் எனப் பல சொற்கள் காணப்படுகின்றன (2000:4) என்கின்றார். இந்தக் கூற்றுகளில் நாம் கவிதையாக்கத்தில் செயல்படும் கூற்றினை மட்டுமே கவனத்தில் கொள்கின்றோம்.

ஒரு பொருளை எப்படிச் சொல்வது, எவை எவற்றைச் சொல்வது என்பதைத் தொல்காப்பியம் கூற்றாக விவரிக்கிறது. செய்யுளின் அல்லது பனுவலின் அமைப்பைப் பற்றிப் பேசும் தொல்காப்பியம், செய்யுளியலில்

மாத்திரை எழுத்தியல் அசைவகை எனாஅ
யாத்த சீரே அடி யாப்பு எனாஅ
மரபே தூக்கே தொடைவகை எனாஅ
நோக்கே பாவே அளவியல் எனாஅத்
திணையே கைக்கோள் கூற்று வகை எனாஅக்

கேட்போர் களனே காலவகை எனாஅப்
பயனே மெய்ப்பாடு எச்சவகை எனாஅப்
முன்னம் பொருளே துறை வகை எனாஅ
மாட்டே வண்ணமொடு யாப்பியல் வகையின்
ஆறுதலை யிட்ட அந்நால் ஐந்தும்
அம்மை அழகு தொன்மை தோலே
விருந்தே இயைபே புலனே இழைபு எனாஅப்
பொருந்தக் கூறிய எட்டொடும் தொகைஇ
நல்லிசைப் புலவர் செய்யுள் உறுப்பென
வல்லிதிற் கூறி வகுத்துரைத் தனரே *(செய். 1)*

என முப்பத்து நான்கு உறுப்புகளைப் பற்றிப் பேசுகிறது. செய்யுளின் முப்பத்து நான்கு உறுப்புகளில் ஒன்றாகக் கூற்று சுட்டப்படுவதுடன் கூறுதலின் உடன்நிகழ்வாகக் கேட்டலும் சுட்டப்படுகின்றது. திணை, கைக்கோள், களன், காலம், பயன், மெய்ப்பாடு, எச்சம், முன்னம், பொருள் ஆகியவற்றில் நவீனக் கவிதைத் தொடர்பியலில் சுட்டப்படும் செய்தி, சூழல், மொழிக்குறி, இணைப்பு போன்ற கவிதையியல் நுட்பங்கள் காணப்படுகின்றன.

செய்யுளியியல் முதல் நூற்பாவுக்கு உரையெழுதும் இளம்பூரணர், மாத்திரை முதலாகச் சொல்லப்பட்ட முப்பத்து நான்குஞ் செய்யுட்கு உறுப்பென்றவாறு' எனக்கூறி 'அவையா மாறு தத்தஞ் சூத்திரத்துட் சாட்டுவதும்' என்கிறார். ஆனால், கூற்றின் பொருண்மையையோ கூற்று நிகழ்த்தப்படும் முறை யினையோ தொல்காப்பியம் நேரடியாக விளக்கவில்லை. அதற்குக் காரணம் அடிப்படையில் ஒரு கூற்று என்பது கூறுபவர்களையும் கேட்பவர்களையும் கொண்டதாக இருப்பதே ஆகும். இதனாலேயே கூற்றைப் பற்றி விவரிக் காமல் கூற்றின் அடிப்படை அலகான கூறுபவர்களையும் கேட்பவர்களையும் தொல்காப்பியம் பட்டியலிடுகின்றது. அதே நேரம், கூறுபவருக்கும் கேட்பவருக்கும் இடையில் செயல்படுகின்ற,

1. கூறப்படும் பொருள்
2. கூறப்படுகின்ற முறை
3. கூறப்படும் சூழல்

முதலியவை முக்கியமானவை என்பதனால் இவற்றையும் தொல்காப்பியம் வெளிப்படுத்த முயன்றுள்ளது. ஆனால், அவற்றை நேரடியாகச் சுட்டாமல் மறைமுகமாகச் சுட்டு கின்றது.

செய்யுளியல் நூற்பாக்கள் சில கூற்று நிகழ்த்துவோர், கூற்றின் சூழல், கூற்று நிகழ்த்தப்படும் முறை முதலியவற்றைச் சுட்டுபவையாக இருப்பதைக் காணமுடிகின்றது.

பார்ப்பான் பாங்கன் தோழி செவிலி
சீர்த்தகு சிறப்பிற் கிழவன் கிழத்தியோடு
அளவியின் மரபின் அறுவகையோரும்
களவிற் கிளவிக் குரியரென்ப (செய். 181)

பாணன் கூத்தன் விறலி பரத்தை
யாணஞ் சான்ற அறிவர் கண்டோர்
பேணுதரு சிறப்பிற் பார்ப்பான் முதலா
முன்னுறக் கிளந்த அறுவரொடு தொகைஇத்
தொன்னெறி மரபிற் கற்பிற்குரியவர் (செய். 182)

எனும் இந்நூற்பாக்களில் முதல் நூற்பா பார்ப்பனன், பாங்கன், தோழி, செவிலி, தலைவன், தலைவி எனும் அறுவரையும் கூற்று நிகழ்த்துபவர்களாகச் சுட்டுகின்றது. இரண்டாவது நூற்பா பாணன், கூத்தன், விறலி, பரத்தை, அறிவர், கண்டோர், பார்ப்பான் என்போரைக் கூற்று நிகழ்த்துவோராகச் சுட்டுவதுடன் முன் நூற்பாவில் சுட்டப்பட்ட அறுவரையும் கூற்று நிகழ்த்துவோராக இணைத்துக் கொள் கின்றது. அடிப்படையில் கூற்று நிகழ்த்துவோரைப் பட்டிய லிடும் இந்நூற்பாக்கள் கூற்று நிகழ்த்தப்படும் சூழல்களான களவு, கற்பு ஆகியவற்றை முதன்மைப்படுத்தியே கூற்றாளர்

களைச் சுட்டுகின்றது. இது போலவே பல நூற்பாக்களில் கூற்று நிகழ்த்துபவர்களைப் பட்டியலிடும் தொல்காப்பியம் கூற்றுகள் அமைக்கப்படுகின்ற முறை களையும் சுட்டுகின்றது.

> ஊரும் அயலும் சேரியோரும்
> நோய்மருங் கறிநரும் தந்தையும் தன்னையும்
> கொண்டெடுத்து மொழியப் படுதலல்லது
> கூற்றவணின்மை யாப்புறத் தோன்றும் (செய். 183)

எனும் இந்நூற்பா நோய் அறியுநர், தந்தை, தன் ஐ (அண்ணன்) ஆகியோரின் கூற்றுகளைப் பற்றிச் சுட்டுகின்றது. இவர்கள் கவிதையில் நேர்முகமாக உரைநிகழ்த்தும் கூற்றாளர்கள் அல்ல என்பதையும்; மறைமுகமாகவே இவர்களின் கூற்றுகள் கவிதைகளில் அமைக்கப்படவேண்டும் என்பதையும் இந்நூற்பா சுட்டுகின்றது. இப்பாத்திரங்கள் கூறியதாகக் கூற்றுகளை அமைக்கலாமே தவிர நேரடியாக உரை நிகழ்த்துவ தாக அமைக்கக் கூடாது; அப்படிக் கூறுவதாக அமைப்பது திணைக் கவிதை மரபன்று எனச் சுட்டப்படுகின்றது. இது போலவே

> கிழவன் தன்னொடுங் கிழத்தி தன்னொடும்
> நற்றாய் கூறன் முற்றத் தோன்றாது (செய். 184)

எனத் தொல்காப்பியம், நற்றாய், தலைவனுடனும் தலைவியுட னும் நேரடியாகக் கூற்று நிகழ்த்தும் காட்சிகளைத் திணைக் கவிதைகளில் அமைக்கக்கூடாது என்று வரையறுக்கின்றது.

> ஒண்டொடி மாதர் கிழவன் கிழத்தியொடு
> கண்டோர் மொழிதல் கண்ட தென்ப (செய். 185)

எனக் கண்டோர், செவிலியுடன் கூற்று நிகழ்த்துவதை அகத்தியணையியலில் சுட்டும் தொல்காப்பியம் இந்நூற் பாவில் தலைவன் தலைவியுடன் கண்டோர் கூற்று நிகழ்த்தலாம் எனச் சுட்டுகின்றது. சங்கப் பாடல்களில் தலைவி கூற்றைப் போன்று உள்ள பல பாடல்களுக்குத் தோழிக் கூற்று

என்ற குறிப்பு அளிக்கப்பட்டிருப்பதைக் காணலாம். தலைவன் தலைவியருக்கிடையில் நிகழும் கூற்றுகள் நேரடியாக அல்லாமல் மறைமுகமாகவே நிகழும்போதே சுவையுடன் இருக்கும் எனக் கருதப்பட்டுள்ளது. வெளிப்படையாக அமைக்கப்பட்ட கூற்றுகளைவிட இம்மறைமுகக் கூற்றுகள் கவிதைத் தன்மையை மிகுவிப்பதை அறியலாம். இந்தக் கூற்று மரபில் சிறு நெகழ்ச்சியை,

இடைச்சுர மருங்கிற் கிழவன் கிழத்தியொடு
வழக்கிய லாணையிற் கிளத்தற்கு முரியன் *(செய். 186)*

என்ற தொல்காப்பிய நூற்பா அளிக்கின்றது. தலைவன் தலைவியுடன் இடைச்சுரத்தில் பேசலாம் என்றும் இப்பேச்சுகள் ஆணையிடுவதாகவோ சபதம் செய்வதாகவோ இருக்க வேண்டும் என்றும் கூற்று நிகழவேண்டிய இடமும் முறைமையும் சுட்டப்படுகின்றன. மேற்சுட்டிய பாத்திரங்கள் அன்றிப் பிற பாத்திரங்களும் தலைவன் தலைவியுடன் கூற்றுகளை நிகழ்த்தலாம் என்னும் தொல்காப்பியம்,

ஒழிந்தோர் கிளவி கிழவன் கிழத்தியொடு
மொழிந்தாங் குரியர் முன்னத்தி னெடுத்தே *(செய். 187)*

என அக்கூற்றுகள் அனைத்தும் முன்னத்தினால் மொழியப் படவேண்டும் எனச் சுட்டுகின்றது. இம்முன்னத்தினால் மொழிதல் என்பது மறைபொருளாக அமைவதாகும். இதனை உய்த்துணரந்து கொள்ளவேண்டும்.[2]

மேற்சுட்டிய செய்யுளியல் நூற்பாக்கள் கூற்று நிகழ்த்து பவர்களைப் பட்டியலிடுபவையாக இருப்பதுடன் பட்டிய லிடும் பணிக்குக் கீழ்க் கூற்று நிகழ்த்தப்படும் சூழல்கள், இடங்கள், முறைமைகள் முதலியவற்றை வெளிப்படுத்து பவையாகவும் இருக்கின்றன. இந்நூற்பாக்கள் கொண்டெடுத்து மொழிதல், வழக்கியலாணையிற் கிளத்தல், முன்னத்தி னெடுத்து மொழிதல் எனும் சிலவகையான கூற்றுகளின் நிகழ்முறைகளையும் கூறுகின்றன.

பரத்தை வாயிலெனவிரு வீற்றுங்
கிழத்தியைச் சுட்டாக் கிளப்புப் பயனிலவே (செய். 190)

எனப் பரத்தையும் வாயிலும் கிழத்தியைக் குறித்து உரை நிகழ்த்த வேண்டும் என்றும் அப்படித் தலைவியைச் சுட்டிக் கூற்று நிகழ்த்தாதவிடத்து அந்தக் கூற்றினால் எந்தப் பலனும் இல்லை என்றும் கூறப்படுகின்றது. பரத்தை, வாயில் இருவரும் தலைவியைச் சுட்டிக் கூற்றுகள் நிகழ்த்து மிடதிலேயே கவிதை சிறப்புறும் எனத் தொல்காப்பியம் கூறுகின்றது. இப்படிக் கூற்றுகள் நிகழவேண்டிய முறைகள் தொல்காப்பியக் கவிதையியலில் முதன்மையாக அமைக்கப் பட்டிருப்பதனா லேயே பண்டைய கவிதைகள் செழுமையாக அமைந்திருக் கின்றன எனலாம்.

பாட்டிடை வைத்த குறிப்பினானும்
பாவின்று எழுந்த கிளவியானும்
பொருளொடு புணராப் பொய்ம்மொழியானும்
பொருளொடு புணர்ந்த நகைமொழியானும்
உரை வகை நடையே நான்கு என மொழிப (செய். 171)

என்ற உரைவகைகளைப் பற்றிச் சுட்டும் செய்யுளியல் நூற்பா முக்கியமானதாக அமைகின்றது.

இந்நூற்பாவில் கூற்று என்ற சொல் கவனமாகத் தவிர்க்கப் பட்டு உரைவகைநடை என்ற தொடர் உருவாக்கப்பட்டுள்ளது. உரைவகை என்பது உரையாடல் தொடர்பின் வகைமையை யும் நடை என்பது மொழி நடையையும் சுட்டுவதாகக் கொள்ளலாம். இந்நூற்பாவில்

1. பாட்டுக்கு இடையில் வைக்கப்பட்ட குறிப்புகள்
2. பாவிலிருந்து வெளிப்படும் கிளவிகள்
3. பொருளொடு இணைந்து செல்லாத பொய்மொழிகள்
4. பொருளொடு இணைந்து செல்லும் நகைமொழிகள்

எனும் நான்கு வகையான கூற்றுவகைகள் சுட்டப்படுகின்றன. குறிப்புகளாக வெளிப்படுத்தப்படுபவையும் உள்ளுறையாக வெளிப்படும் கிளவிகளும் பொய்மொழிகளும் நகைமொழி களும் உரையாடல் போக்கில் மொழி நடையைச் சார்ந்தே முன்வைக்கப்படும் என்பதையே இந்நூற்பா காட்டுகின்றது எனலாம்.

உரைவகை நடைகளில் ஒன்றாகச் சுட்டப்படும் குறிப்பும் பாவிலிருந்து வெளிப்படும் கிளவியும் வெளிப்படையாகக் கூறப்படும் கூற்றுகள் அல்ல. என்றாலும், இக்குறிப்புகளையும் வெளிப்படும் கிளவிகளையும் கூற்றுகளாகவே காண வேண்டும் என்று தொல்காப்பியம் அறிவுறுத்துகின்றது. பாவில் வெளிப் படும் கிளவி என்பது வாசகரின் புரிதல் சார்ந்ததே தவிர நேரடிக் கூற்று அல்ல. பொய்மொழி, நகைமொழி என்பவை பொய்யாகவும் நகைப்புக்காகவும் கூறப்படும் வெளிப்படையான கூற்றுகளாக இருந்தாலும் இவற்றில் சில வேறுபாடுகள் அமைந்திருப்பதை உணரலாம். அதாவது இவையும் நேரடியான கூற்றுகள் அல்ல. பாவில் வெளிப்படும் கிளவி என்பதைக் கூற்றாக மட்டுமின்றிப் பாட்டிலிருந்து வெளிப்படுகின்ற குரலாகவும் காணலாம். பொருளொடு புணராப் பொய்மொழி என்பது சூழ்நிலைக்குப் பொருந்தாத கூற்றைக் குறிக்கின்றது. சூழலுடன் பொருந்திப் போகாத கூற்றுகள் கவிதையின் புனைவுத் தன்மையை மிகுவிப்பதனை இந்நூற்பா முக்கியப்படுத்துவதாகக் கருத லாம். நகைமொழி என்பது பொருளொடு இணைந்து செல்வதாக இருந்தாலும் நகையைத் தோற்றுவிப்பதாக இருக்கும் எனச் சுட்டப்படுகின்றது. சூழலுக்கு ஏற்ப இத்தகைய நகைமொழிகள் உருவாக்கப்படுவது கவிதை யியலுக்கு முக்கியமானது என்பதையே இந்நூற்பா சுட்டுகின்றது. இங்குப் பாட்டுக்கு இடையில் வைக்கப்பட்ட குறிப்பு கூற்றாகக் குறிக்கப்படுவது கவனிக்கத்தக்கது. கவிதை

தொல்காப்பியத் திணைக்கோட்பாடு 103

யில் அமைந்துள்ள மறைபொருள்கள்கூட கூற்றுகளாகக் கருதத் தக்கனவே என்பது தொல்காப்பியக் கருத்தாக இருந்துள்ளது. மேலும் இத்தகு கூற்றுகள் அனைத்தும் எழுத்தாளரின் மொழி நடை சார்ந்தே உருவாக்கப்படுகின்றன என்பதைத் தொல்காப்பியம் சுட்டியுள்ளது.

ஞாயிறு திங்கள றிவே நானே
கடலே கானல் விலங்கே மரனே
புலம்புறு பொழுதே புள்ளே நெஞ்சே
அசையல பிறவு நுதலிய நெறியாற்
சொல்லுந போலவுங் கேட்குந போலவுஞ்
சொல்லியாங் கமையு மென்மனார் புலவர் *(செய். 192)*

என்ற நூற்பா கவிதை நிகழ்த்தும் மறைமுகத் தொடர்பியலை *(nonverbal communication)*, கவிதையாக்கத்தில் செயல்படுகின்ற நுட்பத்தைப் பேசுகின்றது. ஞாயிறு, திங்கள், அறிவு, நான், கடல்ஈ கானல், விலங்கு, மரம், புள், நெஞ்சு போன்றவை இயல்பில் கூற்று நிகழ்த்துபவையோ நிகழ்த்தப்பட்ட கூற்றைக் கேட்பவையோ அல்ல. இவை கூற்றை நிகழ்த்து வதாகவோ கேட்பதாகவோ சுட்டுவது ஒரு கவிதையியல் மரபே ஆகும். மேற்சுட்டிய நூற்பா கூற்று நிகழ்வதாக அமைக்கவேண்டிய சூழல்களையும் முறைகளையும் குறிக்கின்றது.

கவிதையில் ஒரு பாத்திரம் புலம்புவதாக அமைக்கும் பொழுது மேற்குறித்த இப்பொருள்கள் கூற்றை நிகழ்த்து வாகவும் கூற்றைக் கேட்பதாகவும் அமைக்கலாம் எனச் சுட்டப்படுகின்றது. கூற்று பாத்திரக் கூற்று, ஆசிரியர் கூற்றாக அமைந்தாலும் அதைக் கேட்பவர் பாத்திரமாகவோ வாசகராகவோ அமைந்தாலும் இக்கூற்றை வடிவமைக்கின்ற முறையே கவிதையைச் சிறப்புடையதாக்கும் என்ற கருத்து இந்நூற் பாவால் முன்வைக்கப்படுகிறது. கூற்று என்பது கவிதையின் விவரணை எவ்வாறு அமைய வேண்டும்

என்பதைச் சுட்டுவதே என்பதை இச்சூழல்களைக்கொண்டு புரிந்துகொள்ள முடிகின்றது.

செய்யுள் உறுப்பான கூற்று பற்றிக் கூறும் தொல் காப்பியம் கூற்று அமைக்கப்படும் சூழல்கள், இடங்கள், முறைகள் முதலியவற்றுடன் கூற்றில் அமைந்திருக்கும் பொருள்களைப் பற்றியும் கூறுகின்றது. கவிதையில் அமையும் கூற்று குறித்த செய்திகள் செய்யுளியலில் மிகக் குறைவாகவே பேசப்படுகின்றன. இவற்றைக்கொண்டு கூற்று எனும் உறுப்பைப் பற்றி விரிவாக அறிய இயலவில்லை. அதே நேரம் தொல்காப்பியம் அகத்திணையியல், களவியல், கற்பியல் ஆகிய இயல்களில் பாத்திரங்கள் நிகழ்த்தும் கூற்றுகளைப் பற்றிப் பேசுகின்றது. செய்யுளியல் மட்டுமின்றித் தொல்காப்பியத்தின் பல இயல்களிலும் சிதறிக்கிடக்கும் கருத்துகளின் அடிப்படையிலேயே கூற்று பற்றிய கருத்துகளை உருவாக்கிக்கொள்ள வேண்டியுள்ளது.

> பொழுதும் ஆறும் உட்குவரத் தோன்றி
> வழுவினாகிய குற்றங் காட்டலும்
> ஊரது சார்வுஞ் செல்லுந் தேயமும்
> ஆர்வ நெஞ்சமொடு செப்பிய கிளவியும்
> புணர்ந்தோர் பாங்கிற் புணர்ந்த நெஞ்சமொடு
> அழிந்தெதிர் கூறிவிடுப்பினும் ஆங்கத்
> தாய்நிலை கண்டு தடுப்பினும் விடுப்பினும்
> சேய்நிலைக் ககன்றோர் செலவினும் வரவினும்
> கண்டோர் மொழிதல் கண்டதென்ப *(அகத். 40)*

என்ற அகத்திணை நூற்பா, கண்டோர் நிகழ்த்தும் ஐந்து கூற்றுகளைப் பற்றிப் பேசுகிறது. தொல்காப்பிய / சங்கக் கவிதையியலில் கண்டோர் எனும் சொல்லே பல்வேறு செய்தி களை உணர்த்திவிடுகிறது. இந்தக் கண்டோர் தலைவன் தலைவி உடன்போக்கைக் கண்டோர் ஆவர். தலைவன் தலைவி எதிர்ப்பட்டது முதல் தமர் வரைவுக்கு உடன்படாத

தால் உடன்போக்கு நிகழ்வது வரையிலான வெளிப்படாத ஆழ்நிலைப் பொருண்மைகள் பல இச்சொல்லுக்குக் கீழே அமைந்திருக்கின்றன.

இக்கூற்றைக் கண்டோர்கள் நிகழ்த்துவதாகச் சுட்டப் படும் போதே, தலைமக்களை நோக்கியும் செவிலியை நோக்கி யும் கூற்றுகள் நிகழ்த்தப்படுகின்றமை சுட்டப்படுகின்றது. “உடன்போகும் நேரமும் வழியும் பற்றி அஞ்சும்படியாகக் கூறி அங்குப் போவதால் வரும் குற்றத்தைக் காட்டுதலும் தமது ஊர் அருகிலிருத்தலையும் அவர்கள் செல்லும் இடம் தொலைவில் இருத்தலையும் அவர் மீதுள்ள ஆர்வத்தால் சொல்லுதலும் புணர்ந்து உடன்போக்கு நிகழ்த்தும் இருவரையும் தடுத்துத் திரும்பத் தமது ஊருக்கே போகும்படிக் கூறுதலும் அவர்களைத் தேடிச் சென்ற தாயின் நிலைகண்டு அவளைத் தடுப்பதும் பின் போகவிடுத்தலும் அவர்கள் தூரமாகப் போன நிலையிலும் (செவிலி) அருகில் வருமிடத்தும் கண்டோர் கூற்றுகளை மொழிவர்” என்னும் இந்நூற்பா, கண்டோர் உரை நிகழ்த்தும் பொருண்மைகளையும் சூழல்களையும் காட்டுகிறது. கண்டோ ரின் கூற்றுகளாகச் சுட்டப்படுபவை, தகவல்களாக மட்டும் இல்லாமல் பல பொருள்களை, செய்திகளை உள்ளடக்கிய பொருண்மைத் தொகுதிகளாக இருப்பதை அறியலாம். கண்டோரின் உரை நிகழும் சூழல்களும் அந்த உரைக்குள் அமைந்திருக்க வேண்டிய பொருண்மைகளும் பயன்படுத்த வேண்டிய நயமான மொழிகளும் கேட்குநரை வசப்படுத்திச் சொல்ல வேண்டிய தொடர்பியல் உத்திகளும் இக்கூற்றில் அமைந்து கிடக்கின்றன. அதனால் கூற்றுகள் என்பவை வெறும் பேச்சுகளாக மட்டும் இல்லாமல் கவிதையில் அமைய வேண்டிய விவரணைகள் பற்றியதாக இருப்பதை உணர முடிகின்றது. இதிலிருந்து தொல்காப்பியம் சுட்டும் ‘கூற்று’ எனும் செய்யுளியல் உறுப்பு பாத்திரங்களின் கூற்றுகளாக மட்டுமில்லாமல் கவிதையை வடிவமைக்கின்ற விவரணை

களாகக் கவிதையின் சூழல்களாக அமைந்திருப்பதைக் காண முடிகின்றது. இக்கூற்றுகள் உரையாடல் களாகத்தான் இருக்க வேண்டும் என்ற கடப்பாடு ஏதும் இல்லாமல் இருப்பதையும் உரையற்றுப் பாத்திரம் வெளிப்படுத்துகின்ற உடல்மொழியும் சூழலும்கூடக் கூற்றாகக் கருதத்தக்கதாக இருப்பதையும் காணமுடிகிறது. களவியலில் தலைவி கூற்று பற்றிக் கூறத் தொடங்கும் தொல்காப்பியம்,

காமத் திணையிற் கண்நின்று வரூஉம்
நாணும் மடனும் பெண்மைய ஆகலின்
குறிப்பினும் இடத்தினும் அல்லது வேட்கை
நெறிப்பட வாரா அவள் வயினான *(களவி. 17)*

எனக் கூறி, தலைவி பாத்திரம் உரை நிகழ்த்தாததற்குப் பெண்ணின் குணமே காரணம் என்கிறது. ஒரு தகவல் தொடர்பியலில் குறிப்பாகவும் சூழல் சார்ந்தும் கருத்துகள் வெளிப்படுத்தப்படுவது என்பது இயல்பானதாகும். கூற்றுகள் நேரடியாக நிகழ்த்தப்படாத நிலையிலும் ஒரு சமூகத்தில் தகவல் தொடர்புகள் நிகழ்த்தப்படுகின்றன. இத்தகு தகவல் தொடர்புகள் உரையற்ற தகவல் தொடர்புகள் என மொழியி யலில் சுட்டப்படுகின்றன. தொல்காப்பியம் குறிக்கும் கூற்று களில் பல உரையற்ற கூற்றுகள் அமைந்திருப்பதனால் தகவல் தொடர்பு முறையியல்களே கூற்றுகளாகச் சுட்டப்பட்டதை உணரலாம்.

மறைந்தவற் காண்டல் தற்காட்டுறுதல்
நிறைந்த காதலிற் சொல்லெதிர் மழுங்கல்
வழிபாடு மறுத்தன் மறுத்தெதிர் கோடல்
பழிதீர் முறுவல் சிறிதே தோற்றல்
கைப்பட்டுக் கலங்கினும் நாணுமிக வரினும்
இட்டுப் பிரிவிரங்கினும் அருமை செய்தயர்ப்பினும்
வந்தவழி யெள;ளினும் விட்டுயிர்த் தழுங்கினும்
நொந்து தெளிவொழிப்பினும் அச்சம் நீடினும்

> பிரிந்தவழிக் கலங்கினும் பெற்றவழி மலியினும்
> வருந்தொழிற் கருமை வாயில் கூறினும் (களவி.20)

எனும் தலைவி கூற்றுகளில் உரைகள் சுட்டப்படாமல் சூழல் பொருள்கள் சுட்டப்படுகின்றன. "மறைந்திருந்து (தலைவனைக்) காணுதல், தன்னைக் (அவனுக்குக்) காட்டுதல், நிறைந்த காதலால் (தலைவன் சொல்லுக்கு) எதிர்ச் சொல் பேசாமல் இருத்தல், (தலைவனை) வழிபட மறுத்தல், அவனை மறுத்துப் பின் ஏற்றுக்கொள்ளல், (வந்த) பழி தீர்த்த இடத்தில் சிறிதே கண்டு நாணம் வரினும், தூரமாகப் பிரிந்ததற்கு இரங்கினும், தலைவன் காணுதல் அரிதாயிருப்பதனால் சோர்வுற்றபோதும், அவன் வந்த இடத்து எண்ணுகின்ற போதும், மறைக்காமல் சொல்லித் துன்புறும்போதும், நொந்த தன்னைத் தலைவன் தெளிவிப்பதை மறுப்பினும், அச்சம் நீளுமிடத்தும், தலைவன் பிரிந்த இடத்துக் கலங்கினும், அவனைப் பெற்றவழி மகிழினும், தலைவன் வருவது அரிது என வாயில் கூறினும்" எனச் சுட்டப்பட்ட பல்வேறு கூற்றுகளில் உரைகளைவிடச் சூழல்களே அமைந்திருப்பதைக் காணலாம். இது பெண் பாத்திரத்தின் இயல்பு எனக் கொண்டாலும் தலைவன் பாத்திரம் உரை நிகழ்த்தாமல் கருத்தை வெளிப்படுத்துகின்ற இடங்களும் தொல்காப்பியத்தில் சுட்டப்படுகின்றன. இதுபோலவே தொல்காப்பியம் சுட்டும் கூற்றுகளில் உரை அற்ற கூற்றுகள் பல இருப்பதைக் காணலாம்.

> நிகழ்ந்தது நினைத்தற் கேதுவும் ஆகும் (அகத். 43)
> நிகழ்ந்தது கூறி நிலையலுந் திணையே (அகத். 44)

என்ற நூற்பாக்களிலும் சுட்டப்படும் நிகழ்ந்ததை நினைத்தல் என்பது கவிதையியல் தகவல் தொடர்பாகவே இருக்கிறது. நினைப்பவர் எந்தப் பாத்திரமாகவும் இருக்கலாம். அதனால் ஒரு கருத்து, செய்தி உணர்த்தப்படுகிறது.

களவியல் நூற்பாக்கள் (பொருள்.96,97) சிலவற்றில் புணர்ச்சி வேட்கையைக் குறிப்பால் உணர்த்துவது பற்றிப்

பேசப்படுகின்றது. இங்கு நிகழ்த்தப்படும் தகவல் பரிமாற்றத்தில் உரைகள் எவையும் இடம்பெறுவதில்லை. இது போன்றே களவுக்காலத்தில் தலைவனின் நிலையை வெளிப்படுத்தும்,

முன்னிலையாக்கல் சொல்வழிப்படுத்தல்
நன்னயம் உரைத்தல் நகை நனியுறாஅ
தந்நிலையறிதன் மெலிவு விளக்குறுத்தல்
தந்நிலையுரைத்தல் தெளிவகப்படுத்தலென்
றின்னவை நிகழும் என்மனார் புலவர் *(பொருள். 101)*

என்ற நூற்பா பேசுவோரையோ கேட்போரையோ சுட்டாமல் உரை நிகழ்த்துதலை மட்டும் சுட்டுகிறது. தலைவனையும் தலைவியையும் பேசுவோராகவும் கேட்போராகவும் சூழல் சார்ந்து புரிந்து கொள்ளலாம். பேசுபவரையும் கேட்பவரையும் இடமாற்றும் தன்மையால், கூற்று வெறும் உரை, பேச்சு அன்று என்பதையும் அது பொருண்மை சார்ந்த மொழியாடல் தொகுதி என்பதையும் உணர்த்துகின்றது. இவற்றால் தொல்காப்பியம் கூற்றினை உரையாடலாக மட்டும் சுட்டாமல் மேலோட்டமான வாசிப்புக்கு அகப்படாத ஆழ்பொருளாகவும் முன்வைக்கிறது எனலாம். கூற்றுகளை எவ்வாறு புரிந்து கொள்வது; ஆழ் பொருளை எவ்வாறு காண்பது என்பதைக் கூற்றுகளைப் பற்றிப் பேசும் பொருளியல் முதல் நூற்பாவிலிருந்து உணரலாம்.

இசை திரிந்திசைப்பினும் இயையுமன் பொருளே
அசை திரிந்தியலா என்மனார் புலவர் *(பொருள். 195)*

"(சொல் / உரை தனது) இசைமையிலிருந்து திரிந்து இசைப்பினும் பொருளினுடனேயே இயையும்" என்று சுட்டுகின்றது. ஆனால், ஓசை அமைப்பிலிருந்து மாறுபட்டு இசைக்கப்படும் சொற்கள் எவ்விதமான பொருள்களைத் தருகின்றன என்பதைச் சுட்டவில்லை. இயல்பான ஓசை அமைப்பை மாறுபடுத்துவதன் மூலம் ஒரு சொல்லின்

தொல்காப்பியத் திணைக்கோட்பாடு

பொருளை எதிர்ப்பதமாகவோ அங்கதமாகவோ மாற்றலாம். எடுத்துக்காட்டுக்கு:

"1. நாங்கள் ஒரு வீடு கட்டியிருக்கின்றோம்.

2. எங்க வீட்டுக்காரர் ஒரு வீ... டு கட்டியிருக்கின்றார்".

இந்த இரண்டு தொடர்களிலும் இடம்பெற்றிருக்கும் வீடு என்ற சொல் ஒரே பொருளைக் குறித்தாலும், அழுத்தத்தின் காரணமாகப் பொருண்மையில் வேறுபாடுகளை உருவாக்கு கின்றது. ஓசை அமைப்பால் பொருளில் சில மாறுபாடுகளை உண்டாக்கும் முறைகள் தமிழில் காணப்படுகின்றன. இதனால், இந்நூற்பா மேல்நிலையில் ஒன்றைப் பற்றிப் பேசி ஆழ்நிலை யில் வேறு ஒரு பொருளைத் தரும் மொழியின், உரையின் (கூற்று) இயல்பைக் குறிப்பதாகக் கொள்ளலாம்.

மொழியின் ஆழ்நிலைப் பொருள் பற்றிய சிந்தனை களைக் கூற்றுகளின் அடியாகத் தொல்காப்பியர் தர முயன்றிருக்கிறார் எனலாம். என்றாலும், பொருண்மை எல்லைக்குள்ளேயே மொழியாடலை நிறுத்துகின்றார். இதனை,

பொழுதும் ஆறுங் காப்பு மென்றிவற்றின்
வழுவின் ஆகிய குற்றங் காட்டலும்
தன்னை யழிதலும் அவனூ றஞ்சலும்
இரவினும் பகலினும் நீவரல் என்றலுங்
கிழவோன் தன்னை வாரல் என்றலும்
நன்மையும் தீமையும் பிறிதினைக் கூறலும்
புரை படவந்த அன்னவை பிறவும்
வரைதல் வேட்கைப் பொருள என்ப (பொருள். 210)

என்ற நூற்பாவால் விளங்கிக் கொள்ளலாம்.

"தலைவன் வரும் காலம் (இரவு), வழி, காவல் ஆகிய வற்றின் கொடுமையைக் காட்டுதலும் தன்னைப் பழித்தலும்

அவன் துன்பத்திற்கு அஞ்சுதலும் இரவிலோ பகலிலோ நீ வராதே என்பதும் தலைவனை இனி வராதே என்பதும் நல்லதையும் தீயதையும் பிறவற்றையும் கூறுதலும் இது போன்று வந்த பிற கூற்றுகளும் வரைதல் வேட்கையைப் பொருளாக உடையவை ஆகும்" எனும் இந்நூற்பாக் கருத்தை, 'ஒரு கூற்று அதற்குரிய நேரடிப் பொருளைக் குறிக்காமல் வேறு மறைமுக, ஆழ்நிலைப் பொருளைக் குறிக்கும் கவிதையியல் மொழி யாடலாகவே புரிந்து கொள்ள வேண்டும்'. இதனால் தொல்காப்பியர் சுட்டும் 'கூற்று' நேர்ப் பொருளுடையவற்றை மட்டும் கருதாமல் உள் உறையும் வேறு பொருள்களையும் கருதியிருக்கிறது எனலாம். அதனாலேயே உள்ளுறையைக் கூற்றால் பெறப்படுவதாகக் கருதுகின்றனர்.

> உள்ளுறை, இறைச்சி ஆகியவற்றிற்குக் கூற்று அடிப்படை என்பது தெளிவு. அகத்திணை மரபில் கூற்றின் சிறப்பினை இஃது உணர்த்துவதுடன் உள்ளுறை இறைச்சி கூறுபவர் இன்னார், கூறும் முறை இன்னது என்ற வகைப்பாடு, சங்க அகத் திணைப் பாடல்களில் குறிப்புப் பொருள் பெற்ற பேரிடத்தைத் தெளிவாக்கும். கூற்று முறையில் அகத்திணைப் பாடல்கள் அமைந்துள்ளமையால் தான் உள்ளுறை இறைச்சி மிகுதியாக இடம் பெற்றுள்ளன. பிறமொழிகளிலும் தமிழில் குறிப்புப் பொருட் கோட்பாடு உருவானதற்குக் கூற்று முறையில் பாடல்கள் அமைந்ததே முதன்மையான காரணம் எனலாம் .*(1998 : 13, 14)*

என்பர். வரைதல் வேட்கையை வெளிப்படுத்தும் களவுக் காலப் பாடல்கள் ஆழ்நிலையில் பல்வேறு பொருண்மைகளுடன் விரிவுபெறுவதை அகப்பாடல்களில் காணலாம். தொல் காப்பிய நூற்பாவை வைத்துக் (வரைதல் வேட்கையை) கவிதையின் சூழல்களை விளங்கிக்கொள்ளும் வாசகர்

ஆழ்நிலையில் பல்வேறு பொருள்கள் இருப்பதையும் கவிதையின் தளம் விரிவுபெறுவதையும் புரிந்துகொள்ள முடியும். இதனால் ஒரு கூற்றுக்குள் வேறுபட்ட பொருள்கள் இருப்பதையும் தொல்காப்பியம் காட்டுகின்றது எனலாம்.

களவியலில் தலைவிக்குரிய கூற்றுகளைச் சுட்டும் தொல்காப்பியம் தலைவி தனது வேட்கையை உரையாடலால், கூற்றால் வெளிப்படுத்தக் கூடாது. ஆனால், குறிப்பினாலும் இடத்தினும் வெளிப்படுத்தலாம் (பொருள். 108) என்கிறது. மேலும்,

> சொல்லெதிர் மொழிதல் அருமைத்தாகலின்
> அல்ல கூற்றுமொழி அவள் வயினான (பொருள். 109)

எனக் கூறுகிறது. இந்த 'அல்ல கூற்று மொழி' என்பது வெளிப்படையாகத் தலைவி கூற்று நிகழ்த்துவதில்லை என்பதையே குறிக்கிறது. என்றாலும், தலைவி ஒரு தொடர்பியலைத் தனது பேச்சுக் குழுவில் (தலைவன், தோழி) நிகழ்த்திக் கொண்டே இருக்கிறாள். இத்தகவல் தொடர்பு மற்றொன்று பேசுதலாகவும் மௌனமாகவும் மெய்ப்பாடாகவும் இருக்கும் எனலாம். இதனால் கூற்று பொருண்மைச் சூழலைச் சார்ந்தே புரிந்து கொள்ளப்படுகிறது என்பதையும் வெளிப்படுத்தப்பட்ட மொழியால் மட்டும் புரிந்துகொள்ளப் படுவதில்லை என்பதையும் உணரலாம்.

ஒரு கூற்று நான்கு பொருட் சூழலில் பேசப்படுவதைத் தொல்காப்பியம்,

> பொழுது தலைவைத்த கையறு காலை
> இறந்த போலக் கிளக்குங் கிளவி
> மடனே வருத்தம் மருட்கை மிகுதியொ
> டவைநாற் பொருட்கண் நிகழுமென்ப (பொருள். 236)

எனக் காட்டுகிறது. பொருட் சூழலை வைத்தே கூற்றுகள் புரிந்துகொள்ளப்பட வேண்டும் என்பதைத் தொல்காப்பியர்

கூற்றுக்கோட்பாட்டில் முன்வைக்கிறார். "அன்பு பொதிகிளவி" (பொருள். 161) என்பது போலக் கூற்றுகளுக்குப் பொருண்மைச் சூழல்களைச் சுட்டுகின்றார். ஒவ்வொரு கூற்றும் தத்தமது பொருண்மைச் சூழலிலேயே கவிதைக்கான செய்தியைத் தெரிவிக்கும் எனும் தொல்காப்பியரின் கருத்து 'கூற்று' பல்பொருள் தன்மை வாய்ந்ததாக இருப்பதையே காட்டுகிறது.

பண்டைய தமிழ்க் கவிதையியலில் காணப்படும் கூற்றுகள் உரை நிகழ்த்தப்படும் சூழல்கள், இடங்கள், முறைகள் முதலியவற்றைப் பற்றியவையாக இருப்பதுடன் பாடுபொருளை விளங்கிக்கொள்வதற்குத் துணைபுரிபவையாகவும் கவிதையை விரிவுபடுத்துவதற்கான அடிப்படைக் கூறுகளைக் கொண்டவையாகவும் அமைந்து கவிதையைக் கட்டமைக்கின்றன. தொல்காப்பியக் கவிதையியலில் சுட்டப்படும் கூற்றுகள் சங்கக் கவிதைகளில் கவிஞனின் மொழித் தொழில்நுட்பத்தால் விரிவு செய்யப்பட்டுள்ளதைக் காண முடிகிறது. சங்கக் கவிதைகளில் உரிப்பொருள்களைக் கவிஞர்கள் மொழிப்படுத்திய முறையும் மொழி வெளிப்படுத்திய சூழல் பொருண்மைகளும் இலக்கணிகளால் பாத்திரங்களின் கூற்றுகளாக இனங்காணப்பட்டுள்ளன. சங்கக் கவிதைகள் குறிப்பாக அகக் கவிதைகள் ஆசிரியர் கூற்றுகளாக அல்லாமல் பாத்திரங்களின் கூற்றுகளாகவே அமைந்திருக்கின்றன. இதற்கு நேர்மாறாகப் புறப்பாடல்கள் அனைத்தும் ஆசிரியர் கூற்றுகளாகவே கருதப்படுகின்றன. புறப்பாடல்கள் எவையும் பாத்திரக் கூற்றுகள் அல்ல. புறத்தில் வரும் ஆசிரிய எடுத்துரைப்பை, அப்படியே புலவனின் எடுத்துரைப்பாக ஏற்றுக் கொள்ளும் தமிழ் மரபு, அகத்தில் வரும் ஆசிரிய எடுத்துரைப்பைப் பாத்திர எடுத்துரைப்பாகவே கருதுகிறது. திணைக் கவிதையின் முழு விவரணையும் உரையாடலாக அமைந்துவிடுவதனால் கேட்பவரை வாசகராக நிறுத்தாமல் தலைவி, தோழி, தலைவன், பாங்கன், செவிலி,

கண்டோர் எனப் பாத்திரமாக நிறுத்தி எடுத்துரைக்கின்றன. இதனால் தொல்காப்பியம் சுட்டும் செய்யுள் உறுப்பான கூற்று கவிதையைக் கட்டமைக்கின்ற முக்கியமான கூறாக இருப்பதை உணரமுடிகின்றது.

தொல்காப்பியம் கூற்று என்பதை நேரடியாக வெளிப்படுகின்ற பேச்சு, உரையாடல் என்பதாக மட்டும் குறுக்கிக் கொள்ளாமல் கவிதையின் பாடுபொருளை, உரிப்பொருளை, அடிக்கருத்தை விவரிக்கின்ற விவரணையாக அமைத்துள்ளது. தொல்காப்பியக் 'கூற்று', கவிதையைச் சொல்பவர் - கவிதையைக் கேட்பவர்; கவிதைக்குள் இருக்கும் சொல்பவர் - கவிதைக்குள் இருக்கும் கேட்பவர் ஆகியோருக்கு இடையில் நிகழும் கருத்தாடலை வடிவமைக்கும் முக்கியமான கூறாகவும் ஒட்டுமொத்தக் கவிதையையும் இயக்கும் எடுத்துரைப்பியல் கூறாகவும் அமைந்திருப்பதைக் காணமுடி கின்றது. இப்படிக் கூற்று கவிதையை விரிக்கும் விவரணையாக அமைந்திருப்பதனால்தான் சங்கக் கவிதையின் நுட்பம் 'கூற்று' என்னும் உறுப்பில் அமைந்திருக்கின்றது எனலாம்.

குறிப்புகள்

1.சங்க காலத்திற்குப் பிறகு, கீழ்க்கணக்கு நூல்களில் திணைக் கோட்பாடுகளின் அடிப்படையில் எழுதப்பட்ட கவிதைகள் இடம்பெற்றிருந்தாலும்கூட, திணைக்கோட்பாடு தொடர்ந்து இலக்கிய மரபாகக் கடைப்பிடிக்கப்பட்டதாகத் தெரியவில்லை. அதே நேரம் இறையனார் அகப்பொருள், புறப்பொருள் வெண்பாமாலை, அகப்பொருள் விளக்கம் ஆகிய நூல்களும் ஐந்திலக்கணம் சார்ந்த சில நூல்களும் தோன்றியுள்ளன. இதே காலத்தில் திணைக் கோட்பாட்டு அடிப்படையில் இலக்கிய நூல்கள் எவையும் தோன்றியதாகத் தெரியவில்லை. இறையனார் களவியல், அதற்கு எழுதப்பட்ட

நக்கீரரின் உரை பற்றிய கதைகள் திணைக்கவிதை மரபு பற்றிய புலமையின் தேய்வையே காட்டு கின்றன. இலக்கண நூல்கள் உருவாகியும் கவிதை கள் உருவாகாமையை நோக்க திணைக்கோட்பாட்டு கல்விப் புலம் சார்ந்து அறியப்பட்டுள்ளதே தவிர, இலக்கிய நடைமுறையாகத் தொடரவில்லை என்பதையே காட்டுகின்றன. இந்தப் பின்னணியில் தொல்காப்பி, சங்கத் திணை மரபில் இருந்து தமிழ்க் கவிதையியல் மரபு விலகியதற்கான சமூக, அரசியல், பண்பாட்டுக் காரணங்கள் விரிவாக ஆராயப்படவேண்டும்.

2. ஒரு பாத்திரம் கூற்று நிகழ்த்துகின்றது அதனை மற்றொரு பாத்திரம் அல்லது பல பாத்திரங்கள் கேட்கின்றன என்ற நேர்கோட்டுப் புரிதலைத் தாண்டி, வாசகன் தன் புரிதலைச் சார்ந்து பேசு பவரையும் கேட்பவரையும் புரிந்துகொள்வது என்பது, மொழி சார்ந்த தற்கால மேலை இலக்கியத் திறனாய்வுக் கொள்கைகளுக்கு இணையாக இருப் பதை உணர்ந்துகொள்ளலாம். தொல்காப்பியத் திலேயே இத்தகைய கொள்கைகள் சுட்டப்படுவது தமிழ் இலக்கியப் பயில்முறையில் இருந்த வளர்ச்சியைக் காட்டுகின்றது.

பார்வைகள்

1998: கா. சிவத்தம்பி, பண்டைத் தமிழ்ச் சமூகம் வரலாற்றுப் புரிதலை நோக்கி, நா. வானமாமலை, ஆ. சிவசுப்பிரமணியன், செ. போத்திரெட்டி (மொ.பெ.), சென்னை: மக்கள் வெளியீடு.

2000: ச. சிவகாமி, தொல்காப்பியக் கூற்றுப் பகுப்பாய்வு, அரங்க. முருகையன் முதலானோர் (பதி.), தொல்காப்பிய ஆய்வுகள், சென்னை : உலகத்தமிழாராய்ச்சி நிறுவனம்.

2009: கே. பழனிவேலு, பனுவல் எடுத்துரைப்பு திறனாய்வு, புதுச்சேரி : வல்லினம்.

2011: கே. பழனிவேலு, கூற்றுக்கோட்பாடும் தமிழ்க் கவிதையியலும், தஞ்சாவூர் : அகரம்.

6

தொல்காப்பியக் கவிதையியல் : கேட்போர்

தொல்காப்பியத்தில் கூற்று கவிதையின் பாடுபொருளை, உரிப்பொருளை, அடிக்கருத்தை விவரிக்கின்ற விவரணை யாகவே அமைந்துள்ளது. செய்யுளியல் உறுப்புகளுள் ஒன்றாகச் சுட்டப்பட்டுகின்ற கூற்று உரையாக, பேச்சாக அன்றி ஒரு கருத்தாகவே இயங்குகின்றது. கருத்து யாராவது ஒருவரை நோக்கிக் கூற்றாக முன்வைக்கப்படுகின்றது. இதன் மூலம் ஒருவிதத் தகவல் தொடர்பு உண்டாக்கப்படுகின்றது. இத்தகவலில் இருந்து, ஒரு கேட்பவன் அல்லது வாசகன் நேரடியாகவோ மறைமுகமாகவோ ஒரு பொருளை உருவாக்கிக்கொள்ளலாம். சொல்பவர்; அல்லது கருத்தை உருவாக்குபவர்; தனக்குத்தானே தனி உரை நிகழ்த்தினாலும் தன்னைப் பற்றிய கருத்தை வாசகருக்குத் தெரிவித்துக் கொண்டிருக்கின்றார் என்று பொருளாகும்.

கவிதைத் தொடர்பியலில் அல்லது புனைவுப் பனுவலில் ஒரு கருத்து பாத்திரத்தால் வெளிப்படுத்தப்படுகின்றது என்றால் அக்கருத்தைக் கேட்கும் பாத்திரம் ஒன்று பனுவலுக்குள் இருக்கின்றது என்பது பொருளாகும். கேட்கும் பாத்திரத்தை நோக்கியே கூற்று அல்லது தொடர்பியல் நிகழ்த்தப்படுகின்றது. யாராவது ஒருவரை நோக்கியே மொழி

முன்வைக்கப்படுகின்றது என்பதனால் மொழியே உரையாடல் தன்மையில்தான் அமைந்திருக்கின்றது என்பர். மொழியின் இவ்வுரையாடல் தன்மையினால்தான் (புனைவுப்) பனுவல்கள் உரையாடல் தன்மையில் இயங்கிக்கொண்டிருக்கின்றன. ஒரு உரை மட்டும் வெளிப்படும் பனுவல்களில் எதிர் உரைகள் வெளிப்படுத்தப்படாமல் மறைக்கப்பட்டிருக்கின்றன. பனுவலுக்குள் நிகழ்த்தப்படுகின்ற உரையாடலுக்கான பொருளைப் பனுவலில் உள்ள கேட்பவர் சொற்பொருள் சார்ந்து மட்டுமே முழுமையாகப் புரிந்துகொள்கின்றார் என்று கூறிவிட முடியாது. சொற்பொருளுக்கு அப்பாற்பட்டு, அப்பாத்திரம் எதிர்கொண்ட பிற சூழல்களுடன் தொடர்பு படுத்தியே புரிந்துகொள்கின்றது. இச்சூழல்களைப் பனுவலில் அமைந்திருக்கும் பல விதமான கூற்றுகளே நிர்ணயிக்கின்றன. பனுவலின் மொழி பேசுபவருக்கான தன்னிலையையும் கேட்பவருக்கான தன்னிலையையும் கட்டமைக்கின்றது. புற உலகமாக இருந்தாலும் பனுவலாக இருந்தாலும் பேசுபவரின் தன்னிலையைச் சார்ந்தே உரை வெளிப்படுத்தப்படுகின்றது; அது போலவே கேட்பவரின் இத்தன்னிலையைச் சார்ந்தே தகவல் தொடர்பு புரிந்துகொள்ளப்படுகின்றது. இதனால் ஒரு உரையைப் புரிந்துகொள்வது என்பது பாத்திரத்தின் அல்லது தனிமனிதர்களின் தன்னிலை சார்ந்தது என்பதை உணரலாம். இதனை, சிலப்பதிகாரத்தில் காணப்படும் கோவலன் மாதவி உரையாடல் வழியாக எளிதில் புரிந்துகொள்ளமுடியும். பனுவலில் இருக்கும் கேட்பவரே மொழியின் உரையாடல் தன்மையால் அவரது தன்னிலை சார்ந்து (வேறு பொருளைப்) புரிந்துகொள்கின்றார் என்றால், பனுவலை நுகருகின்ற, பல்வேறு மனநிலையுடன் உலகில் இயங்கிக்கொண்டிருக்கும் மனிதர்களுக்கிடையிலான புரிதல் வேறுபட்டதாக இருக்கும் என்பதில் சந்தேகம் இல்லை. அதே நேரத்தில் பனுவலில் உள்ள கேட்போருக்காகவே ஓர் உரை அல்லது கருத்து உருவாக்கப்பட்டுள்ளது என்பதை மனங்கொள்ள வேண்டும்.

அதனால் ஒரு கவிதைத் தொடர்பியலில் சொல்லப்படுகின்ற கருத்துக்கு மட்டுமின்றிக் கேட்பவரும் முக்கியமானவராகவே இருக்கின்றார் என்பதை உணரலாம். ஒரு கருத்து பாத்திரத்தால் உருவாக்கப்படுகின்றது என்றால் அக்கருத்து கேட்கும் ஒருவரின் கருத்துடன் இணைந்ததாகவோ, முரண்படுவதாகவோ அமைந்திருக்கலாம். இணைந்திருந்தாலும் முரண்பட்டாலும் இரண்டு பாத்திரங்களுக்கிடையிலான தகவல் தொடர்பில் ஒரு ஒத்திசைவு அமைந்திருப்பது முக்கியமாகும். உரை நிகழ்த்துவோரின் கருத்தாடலில் கேட்போரின் ஊடாட்டம் அமைந்திருப்பதனாலேயே இவ்வொத்திசைவு ஏற்படுகின்றது. இதனாலேயே தொல்காப்பியம் கேட்போரைச் செய்யுளியல் உறுப்புகளுள் ஒருவராக வடிவமைத்துள்ளது எனலாம்.

தொல்காப்பியக் 'கூற்று' அடிப்படையில் கவிதைக்குள் / பனுவலுக்குள் இருக்கும் சொல்பவர் - கவிதைக்குள் / பனுவலுக்குள் இருக்கும் கேட்பவர் ஆகியோருக்கு இடையில் நிகழும் கருத்தாடலை வடிவமைக்கும் முக்கியமான கூறாக அமைந்திருப்பதைக் காணமுடிகின்றது (இதனை கூற்று என்ற கட்டுரை விளக்கியுள்ளது). அதே நேரம் கவிதையைச் சொல்பவர் (ஆசிரியர்) - கவிதையைக் கேட்பவர் (வாசகர்) ஆகியோருக்கும் இக்கவிதைத் தொடர்பியலில் பங்கிருக்கின்றது என்பதை உணரவேண்டும். பனுவலுக்கு வெளியில் இருக்கும் கேட்பவருக்காகவே எதிரில் மனிதர்கள் யாரும் இல்லாத போதும் பாத்திரங்கள் (தனி)உரை நிகழ்த்துகின்றன. இவ்வுரையைக் கேட்கப் பனுவலில் பாத்திரம் ஏதும் இல்லாது போனாலும் நிரந்தரக் கேட்போனாகிய வாசகன் இருந்து கொண்டே இருக்கின்றான். என்றாலும், இக்கேட்போன் (வாசகன்) தனது வினைபுரிதலின் மூலம் பனுவலின் போக்கில் எந்த விதமான மாற்றத்தையும் உண்டாக்கிவிட முடியாது. ஆனால், பனுவலில் இருக்கும் கேட்போன் தான் கேட்கும்

உரையைச் சார்ந்து பனுவலில் வினைபுரியமுடியும்; அதன் காரணமாகப் பனுவலின் போக்கில் மாற்றத்தை ஏற்படுத்திவிட முடியும் என்பதனால் கூற்று நிகழ்த்துவோனைப் போன்றே கேட்போனும் கவிதைத் தொடர்பியலில் முக்கியமான வனாகிறான்.

ஒரு பனுவலில் பாத்திரங்கள் கூற்றுகளை நிகழ்த்து கின்றன. அக்கூற்றுகளைப் பாத்திரங்களே எதிர்கொள்கின்றன; மறு உரை நிகழ்த்துகின்றன; அல்லது மௌனம் காக்கின்றன. அதனால் வெளிப்படையாகவோ மறைமுகமாகவோ (மௌனங்களாகவோ) உருவாகும் உரையாடல்களால் ஒரு தகவல் தொடர்பு நிகழ்த்தப்படுகின்றது.

1. பாத்திரங்கள் கேட்பவர்கள் இன்றியும் உரைகளை நிகழ்த்துவதனை இலக்கியங்கள் உத்தியாகவே பயன்படுத்துகின்றன. இவ்வகைக் கூற்றுகளைத் தனிஉரை எனச் சுட்டுவர். இந்த உரைகள் பாத்திரங்களின் செயல்பாடுகளுக்கு ஒரு கட்டிறுக்கமான பொருளைத் தந்து விடுகின்றன. வேறு பொருள்களை வாசகன் உருவாக்கிக்கொள்ளக் கூடாது என்ற எண்ணத்தில் உருவாக்கப்பட்டவை யாக இவற்றைக் கருதலாம். இதனால், வாசகனின் புரிதலைப் பனுவல் ஆசிரியர் நிர்ணயித்துவிடு கின்றார் (Authoritative text) எனலாம்.

2. இலக்கியப் பாத்திரங்கள் தம் எதிரில் காற்று, மரம், பூ, கடல் போன்ற இயற்கைப் பொருள்களை நிறுத்திக் கொண்டு பேசுவதைப் பார்க்கலாம். சில நேரங்களில் பாத்திரங்கள் தன் நெஞ்சுடன் மனசாட்சியுடன் உரை நிகழ்த்துகின்றன. இவ்வுரை கள் கேட்போனுக்கு உணர்ச்சியூட்டுபவையாக இருப்பதைக் காணலாம்.

பொதுவாக ஓர் இலக்கியத்தில் நிகழ்த்தப்படும் எல்லாக் கூற்றுகளும் வாசகரை நோக்கியே நிகழ்த்தப்படுகின்றன. என்றாலும், ஒரு பனுவலில் உள்ள அனைத்து ஆசிரியர் கூற்றுகளுக்கும் வாசகரே கேட்பவராக அமைகின்றார். பொதுவாக எந்த ஆசிரியர் கூற்றும் பாத்திரங்களை நோக்கி நிகழ்த்தப்படுவதில்லை. அவற்றிற்குப் பாத்திரங்கள் மறுமொழி கூறுவதும் இல்லை.

இவ்வாறு பனுவலில் அமைந்திருக்கும் கேட்போருடைய நிலையைப் பலவகைகளில் விளக்கிச் செல்லலாம்.

சங்கப்பாடல்கள் கதை உரைக்கும் பாடல்கள் அல்ல. அவை தன்னுணர்வுப் பாக்கள் என்பதனால் கவிதைகள் தன்னிலைகளினாலேயே முன்வைக்கப்படுகின்றன. அதனால் கவிதையை முன்வைக்கும் தன்னிலையையும் ஆசிரியரையும் பிரித்துப்பார்க்க முடிவதில்லை. அதனாலேயே சங்கப் புறப் பாடல்கள் அனைத்தும் ஆசிரியர் கூற்றுகளாகப் புரிந்து கொள்ளப்படுகின்றன. அதே நேரம் அகக் கவிதைகளை முன் வைக்கும் தன்னிலையை ஆசிரியராக அல்லாமல் பாத்திர மாகக் கருதும் போக்கு தமிழ்க் கவிதை மரபில் நிலவுகின்றது. அதனால் சங்க அகப்பாடல்கள் நாடகப் பாங்கில் பாத்திரங் களின் உரைகளாகக் கருதப்படுகின்றன. இவ்வுரைகளை மற்றொரு பாத்திரம் நேரடியாகவோ மறைமுகமாகவோ கேட்கின்றது. கூற்று நிகழ்த்துபவரும் கேட்பவரும் கவிதையில் பாத்திரமாக அமைந்திருப்பதனால் கூற்று நிகழ்த்துவோர் அனைவரும் கேட்போர்களாக இருப்பது தவிர்க்க இயலாததாகின்றது.

ஆசிரியர் கூற்றுகள் கதை உரைக்கும் பனுவல்களிலேயே முக்கிய இடத்தைப் பெறுகின்றன. சங்க அகப்பாடல்கள் அனைத்தும் பாத்திரங்களின் கூற்றுகளாக, நாடகத் தன்மையில் அமைந்திருப்பதனால் இப்பாடல்களைப் புரிந்துகொள்ள கூற்றுகள் அடிப்படையாக அமைக்கப்பட்டுள்ளன. தொல்

காப்பியம் கூற்று நிகழ்த்தும் பாத்திரங்களாகப் பார்ப்பனன், பாங்கன், தோழி, செவிலி, தலைவன், தலைவி, பாணன், கூத்தன், விறலி, பரத்தை, அறிவர், கண்டோர் என்போரைச் சுட்டுகின்றது. மேலும் ஞாயிறு, திங்கள், அறிவு, நாண், கடல், கானல், விலங்கு, மரம், பொழுது, புள், நெஞ்சு போன்றவையும் கூற்றாளர்களாகச் சுட்டப்படுகின்றார்கள். மேலும், இவை கேட்பவர்களாக இருப்பதும் சுட்டப்படுகின்றது. இவ்வாறு மனிதர்கள், மனிதர்களால்லாதார் அனைவரையும் கூற்றாளர் களாகவும் கேட்பவர்களாகவும் தொல்காப்பியம் சுட்டு வதனால் கூற்று, கேட்போர் என்பதை இலக்கிய மரபாக மட்டும் காணவேண்டியுள்ளது. மேலும், சில பாத்திரங்கள் சில பாத்திரங்களுடன் பேசாது அல்லது பேசக்கூடாது என்ற வரையறையை வகுத்து தொல்காப்பியக் கவிதையியல் பாத்திரங்களின் உரையாடல்களை ஒரு நெறிமுறைக்குள் கொண்டுவருகின்றது. இதனால் பாத்திரங்களின் உரையாடல் எல்லைகளும் கேட்போரின் நிலைகளும் வரையறுக்கப் படுகின்றன.

கிழவன் தன்னொடுங் கிழத்தி தன்னொடும்
நற்றாய் கூறன் முற்றத் தோன்றாது *(செய். 184)*

என நற்றாய், தலைவனுடனும் தலைவியுடனும் நேரடியாகக் கூற்று நிகழ்த்தக் கூடாது எனத் தொல்காப்பியம் வரையறுக் கின்றது. அதாவது, தலைவன் தலைவி பாத்திரங்கள் நற்றாயின் உரைகளை நேடியாகக் கேட்பது போன்ற இலக்கியக் காட்சி களை அமைக்கக்கூடாது என்று தொல்காப்பியம் கூறுகின்றது. நேரடியாகக் கேட்க நேர்ந்தால் நற்றாயின் உணர்வுகள், மொழி கள் தலைவி, தலைவன் பாத்திரங்களைப் பாதித்து அவர்களின் செயல்களைக் கட்டுப்படுத்திவிடும். இத்தகைய கட்டுப் பாடுகள் எவையும் அகக் கவிதைகளில் இருக்கக்கூடாது எனத் தொல்காப்பியம் கருதியுள்ளது. அதே நேரம் தலைவன், தலைவியரைக் கண்டோர் கூற்றுகளைக் கேட்பவர்களாக

அமைப்பதும் செவிலி, நற்றாய், தோழி (ஒண்டொடி மாதர்) போன்றவர்களைக் கண்டோர் கூற்றுகளைக் கேட்பவர்களாக அமைப்பதும் மரபு என்பதைத் தொல்காப்பியம்

ஒண்டொடி மாதர் கிழவன் கிழத்தியொடு
கண்டோர் மொழிதல் கண்ட தென்ப *(செய். 185)*

எனச் சுட்டுகின்றது.

இது போலவே ஒரு கூற்று நிகழ்த்தப்படும் போது அக்கூற்றைக் கேட்பவரின் மனநிலை எத்தகையதாக இருக்கும் என்பதையும் தொல்காப்பியம் சுட்டிவிட முயன்றுள்ளது.

இடைச்சுர மருங்கிற் கிழவன் கிழத்தியொடு
வழக்கிய லாணையிற் கிளத்தற்கு முரியன் *(செய். 186)*

எனத் தொல்காப்பியம் சுட்டுகின்றது. இங்குச் சுட்டப்படும் வழக்கியலாணை என்பதனை இளம்பூரணர் வழக்கு நெறி ஆணை எனத் தலைவியிடம் ஆணையிட்டுக் கூறுவதாகச் சுட்டுகின்றார். பேராசிரியரும் நச்சினார்க்கினியரும் தலைவன், தலைவிக்கு நீதிநூல்களை உரைப்பான் என்பதாகப் பொருள் கொண்டுள்ளனர். இளம்பூரணர், பேராசிரியர், நச்சினார்க் கினியர் ஆகியோரின் கருத்துகள் இணைந்ததாகவே வழக்கிய லாணை என்பது இருந்திருக்கவேண்டும். உன்னைப் பிரிந்து விட மாட்டேன் என ஆணையிடுவதாகவும் (அமர்வரின் அஞ்சேன் பெயர்குவேன் நுமர்வரின் மறைகுவன் மாயோளே *(நற்றிணை. 362)*) இப்படி உடன்போக்கு வர நேர்ந்ததற்காக அல்லது வந்ததற்காகத் தலைவி துன்புறுமிடத்து இது நீதி, அறத்தின் பாற்பட்டதே எனச் சுட்டுவதாகவும் கிழவன் கூற்று இருக்கும் எனச் சுட்டப்படுகின்றது. ஆணையிடுகின்ற கூற்று களும் நீதியைச் சொல்கின்ற கூற்றுகளும் உடன்போக்கு வந்த தலைவிக்கு இன்றியமையாதன என்பதை உணரலாம். உடன்போக்கில் தலைவன் நிகழ்த்தும் உரைகள் கேட்பவளான தலைவியின் மனநிலையைச் சார்ந்தே உருவாக்கப்பட்டுள்ளன என்பதை அறியலாம்.

இதனால் கேட்போரின் மனநிலையைச் சார்ந்தே கூற்றுகள் நிகழ்த்தப்பட்டவேண்டும் எனத் தொல்காப்பியம் கருதியுள்ளது எனலாம். கூற்றுகளில் கேட்போரின் உணர்வு நேரடியாக வெளிப்படுத்தப்படாவிட்டாலும் மறைமுகமாக அமைந்திருக்கவே செய்கின்றன.

ஒழிந்தோர் கிளவி கிழவன் கிழத்தியொடு
மொழிந்தாங் குரியர் முன்னத்தி னெடுத்தே *(செய். 187)*

எனும் நூற்பாவில் *(கண்டோர் போன்ற பிறரும்)* தலைவன் தலைவியுடன் பேசுதற்குரியர் ஆவர். என்றாலும் இவர்களின் பேச்சு நேரடியாக அன்றி முன்னத்தினால் சுட்டப்படும் எனக் கூறப்படுகின்றது. நேரடியாகப் பேசுவது கேட்பது என பவற்றை விடக் குறிப்பாக உணர்ந்துகொள்வது மிக்க சிறப்பாக இருக்கும் என்பதனால் பிறரின் கூற்றுகளைத் தலைவன் தலைவியர் குறிப்பாக உணர்ந்து கொள்ளும்படியாகக் கவிதை அமைக்கப்படலாம் என்பதை இது சுட்டுகின்றது. இந்த இடத்தில் முன்னம் என்ற செய்யுளியல் உறுப்பைப் பற்றி அறிந்துகொள்ள வேண்டியுள்ளது.

இவ்விடத் திம்மொழி இவரிவர்க் குரியவென்று
அவ்விடத் தவரவர்க் குரைப்பது முன்னம் *(செய். 199)*

எனத் தொல்காப்பியம் சுட்டுகின்றது. "இந்த இடத்தில் இம்மொழி இவர்க்கு உரியது என்று அறிந்து உரையைச் சுட்டுவது முன்னம்" எனப்படுகின்றது. இதிலிருந்து நாம் வேறு ஒரு பொருளைப் பெறலாம். இடம் மாறுமானால் கூற்றின் உரையாளரும் கேட்பவரும் மாறுவார் என்பது இதனால் சுட்டப்படுகின்றது. அதாவது, கூற்று நிலையானதாக இருக் கின்றது; சூழல் சார்ந்து அக்கூற்றின் உரையாளரும் கேட்பவரும் அடையாளம் பெறுகின்றனர். கவிதை அல்லது கூற்று நிகழ்த்தப்பட்ட சூழலே கேட்பவர் யார் என்பதையும் உரையாளர் யார் என்பதையும் நிர்ணயிக்கின்றது.[1] பாடலில்

வெளிப்படும் கூற்று, உரையாளர், கேட்பவர் ஆகியோரின் நிலையை வாசகனே உருவாக்கிக் கொள்ள வேண்டும் எனத் தொல்காப்பியம் சுட்டுவதாக இதனைப் பார்க்கலாம். இது வாசகனுக்குக் கொடுக்கப்படும் முக்கியத்துவத்தை (Reader Responsible (Criticism)) உணர்த்துகின்றது. பேசுபவரை நாம் கவிதையின் எடுத்துரைப்பு சார்ந்தே உருவாக்கிக்கொள்ள வேண்டியுள்ளது.

சங்கக் கவிதைகளில் கவிதையின் மொழியாடல்கள் கூற்றாளர் யார் என்பதை அடையாளப்படுத்துபவையாக இருக்கின்றன. அதே நேரம் தலைவி கூற்றும் தோழிகூற்றும் எவ்வித வேறுபாடுகளும் இன்றி இருப்பதையும் காணலாம். தொல்காப்பியக் கவிதையியல் களவுக் காலத்தில் தலைவியின் கருத்துகளைத் தோழியே பேசுவாள் எனக் கூறித் தோழி, தலைவி கூற்றுகளை வேறுபடுத்திப் பார்க்கவேண்டியதில்லை என்கின்றது. இவை போன்ற பல சங்க இலக்கிய மரபுகள் கூற்றாளரை மட்டுமன்றிக் கேட்போரையும் நிர்ணயிப்பதில் முக்கிய பங்கு வகிக்கின்றன.

சங்கப் பாடல்கள் சிலவற்றிற்குக் கூற்றாளரும் கேட்ப வரும் மாறும் தன்மை இருப்பதைப் பாடலுக்கு எழுதப்பட்ட கொளுக்கள் (குறுந். 91 (தலைவி – நெஞ்சு : தோழி – தலைவி) குறுந். 130 (தோழி – தலைவி, தலைவி – தோழி) குறுந். 169 (தோழி – தலைவன், தலைவி – தலைவன்)) காட்டுகின்றன. கூற்றாளர் மாறும்போது கேட்பவர் மாறுவதற்கான சாத்தியப் பாடுகள் உண்டு. கூற்று நிகழ்த்துபவரைச் சார்ந்து புதிய பொருள் உருவாவதைப் போன்று கேட்பவரைச் சார்ந்து புதிய பொருள் உருவாவதும் தவிர்க்க முடியாதது.

இப்படிக் கூற்றாளரைப் பொதுமையில் நிறுத்தத்தக்க பல கூற்றுகள் சங்க இலக்கியங்களில் இருப்பதைக் கவனிக்கலாம். இது போன்றே பாங்காயினார் கேட்பச் சொல்லியது எனும் கூற்றுகள் இரண்டு கேட்போரைக் கொண்டதாக இருப்பதைக்

(குறுந். 364. (இற்பரத்தை – பாங்காயினார் / சேரிப்பரத்தை), குறுந். 370. (பரத்தை – பாங்காயினார் / கிழத்தி)) காண முடிகின்றது.

கொளுக்கள் சுட்டும் கூற்று, கூற்றாளர், கேட்போர் என்பவற்றைத் தாண்டி வாசகர் தம் புரிதல் சார்ந்து வேறு ஒரு கூற்றாளரை, அமைக்கும்போது புதிய பொருள்களைக் கண்டடைய முடியும். இப்படிக் கூற்றாளரை மாற்றுவதற்கான வாய்ப்புகள் பெரும்பாலும் தலைவி, தோழி கூற்றுகளில் இருப்பதைக் காணலாம்.

கேட்போரைப் பற்றிப் பேசும் தொல்காப்பியம்,
மனையோள் கிளவியுங் கிழவன் கிளவியும்
நினையுங் காலைக் கேட்குநர் அவரே (செய்.188)

எனச் சுட்டுகின்றது. இதற்கு இளம்பூரணர், "தலைவன் தலைவி கூறக் கேட்போர் மேற்சொல்லப்பட்ட பதின்மரும்" என்று சுட்டுகின்றார். தலைவன் தலைவி ஆகியோர் கேட்போராக இருக்கும் சூழல் இங்குச் சுட்டப்படவில்லை. தலைவன் கிளவியைத் தலைவியும் தலைவியின் கிளவியைத் தலைவனும் கேட்டல் பற்றியும் இந்நூற்பா ஏதும் கூறவில்லை. ஆனால். உரையாசிரியர்கள் நினையுங்காலை என்பதற்கு விளக்கம் அளிக்கும்போது பிற கேட்போர் பற்றிப் பேசு கின்றனர். தலைமகள் கூற்றைத் தலைவன் கேட்பதற்கும் தலைவன் கூற்றைத் தலைவி கேட்பதற்கும் எடுத்துக்காட்டு அளிக்கின்றனர்.

தலைவனும் தலைவியும் நேரடியாக உரை நிகழ்த்துவது போன்ற காட்சிகள் சங்க இலக்கியங்களில் அருகியே காணப் படுகின்றன. குறுந்தொகையில் மூன்று பாடல்கள் மட்டுமே தலைவன் கூற்றைத் தலைவி கேட்பது போன்று அமைந்துள்ளது. அதுபோன்றே தலைவி கூற்றைத் தலைவன் கேட்பது போன்று ஒரு பாடல் மட்டுமே அமைந்துள்ளது.[2]

தலைவன் தலைவியரிடையிலான உரையாடல் சங்கக் கவிதைகளில் பெரும்பான்மையாகத் தவிர்க்கப்பட்டுள்ள

மையையும் தொல்காப்பியத்தில் கேட்போராகத் தலைவன், தலைவி சுட்டப்படாமையையும் கொண்டு இவர்கள் நேரடியாக உரை நிகழ்த்துவதை அருகிய மரபாகத் தொல்காப்பியம் நிறுத்த முனைந்துள்ளதாகப் புரிந்துகொள்ளலாம். காதல் வயப்பட்ட தலைவனையும் தலைவியையும் நேரடியாக உரையாடவிடாமல் தவிர்க்கச் செய்வதன் மூலம் கவிதையின் புனைவு மதிப்பை மிகுதிப்படுத்த முனைந்துள்ளனர்.

அதே நேரம் தோழி நிகழ்த்தும் ஒவ்வொரு கூற்றும் தலைவியின் கூற்றே ஆகும் என்ற கருத்து "ஒன்றித் தோன்றும் தோழி மேன" என்ற அகத்திணையியல் நூற்பாவால் *(39)* முன்வைக்கப்பட்டுள்ளது. இதனை உரையாசிரியர்கள் அனைவரும் எடுத்துக்காட்டுகின்றனர். இதனாலேயே சங்க இலக்கியங்களில் தலைவி கூற்றுப் பாடல்கள் பல தோழி கூற்றுப் பாடல்களாக அமைக்கப்பட்டுள்ளன. சில பாடல்களில் கூற்று நிகழ்த்துபவள் தோழிதான் என்பதற்கான அடையாளங்கள் காணப்படுகின்றன. ஆனால் இவ்வடையாளங்கள் அற்று, தலைவி கூற்று நிகழ்த்துகின்ற பாடல்களும் தோழி கூற்றுகளாகவே சுட்டப்பட்டுள்ளதைக் காண முடிகின்றது. இத்தகைய பாடல்களைத் தலைவி கூற்றாகக் காண்பதன் மூலம் புதிய பொருள்களைக் கண்டடைய முடியும்.

சங்கப் பாடல்களில் பாத்திரத்தின் உரையாக அமையும் பகுதிகளைவிடக் காட்சிகளாக அமையும் பகுதிகளே (இக்காட்சிகளும் பெரும்பாலும் விளியில் அமைந்து உரையாகவே வெளிப்படுகின்றன) கூற்றுகளை விவரிப்பதற்கு இடம் கொடுப்பவையாக இருப்பதைக் காணமுடிகின்றது. பாடலில் நிகழ்த்தப்படுகின்ற ஒவ்வொரு கூற்றும் கேட்போரின் கருத்துகளையும் உள்ளடக்கியதாகவே இருப்பதைக் காண முடிகின்றது. அதனால் சங்கக் கவிதைத் தொடர்பியலில் கேட்பவரின் முக்கியத்துவத்தை உணர்த்துவதற்காகவே தொல்காப்பியம் கேட்போரைச் செய்யுளியல்

உறுப்புகளில் ஒன்றாகச் சுட்டுகின்றது. இக்கேட்பவரைச் சார்ந்தே ஒருவரின் உரை/கூற்று நிகழ்த்தப்படுகின்றது.

நிகழ்த்தப்படுகின்ற ஓர் உரையில் கேட்பவரைச் சுட்டும் குறிப்புகள் இடம்பெற வேண்டும் என்று தொல்காப்பியம் கருதியுள்ளது.

பரத்தை வாயிலெனவிரு வீற்றுங்
கிழத்தியைச் சுட்டாக் கிளப்புப் பயனிலவே (செய். 190)

எனப் பரத்தையும் வாயிலும் கிழத்தியைக் குறித்து உரை நிகழ்த்த வேண்டும் என்றும் அப்படித் தலைவியைச் சுட்டிக் கூற்று நிகழ்த்தாவிடத்து அந்தக் கூற்றினால் எந்தப் பயனும் இல்லை என்றும் கூறப்படுகின்றது. பரத்தை, வாயில் இருவரும் தலைவியைச் சுட்டிக் கூற்றுகள் நிகழ்த்துமிடத்திலேயே கவிதை சிறப்புறும் எனத் தொல்காப்பியம் கூறுகின்றது. கிழத்தியைச் சுட்டுதல் என்பதைக் கிழத்தி கேட்டல், கிழத்தியின் பாங்காயினார் கேட்டல் என்பதாகவே உரையாசிரியர்கள் கொள்கின்றனர். இதனால் கேட்போரின் ஊடாட்டம் கூற்றில் முக்கியத்துவமுடையது என்பதை அறியலாம்.

கவிதையின் உள்ளார்ந்த பொருண்மைகளை வெளிக் கொண்டு வருவதற்காகவே கேட்போரின் ஊடாட்டத்தையும் கணக்கில் எடுக்கவேண்டும் என்று தொல்காப்பியம் சுட்டு கின்றது எனலாம். பொதுவாக ஒரு கூற்று நிகழ்த்தப்படுகின்றது என்றால் அக்கூற்றைக் கேட்பவர் என ஒருவர் இருக்கவேண்டி யது அவசியமாகும். ஒவ்வொரு கூற்றும் கேட்பவரை நோக்கியே நிகழ்த்தப்படுகின்றது. இக்கேட்பவரைத் தொல்காப்பியக் கவிதையியல் சார்ந்து நாம்,

1, நேரடிக் கேட்பவர்
2, மறைமுகக் கேட்பவர்

எனப் பிரித்துக்கொள்ளலாம். இவ்விருவகைக் கேட்பவர்களை யும் தொல்காப்பியம் கவனத்தில் கொண்டுள்ளது. நேரடி கேட்பவரின் ஊடாட்டத்தைச் சங்கக் கவிதைகளின் மொழி

யாடல்களில் காணலாம். பெரும்பாலான சங்கப்பாடல்கள் முன்னிலைகளை விளித்து நிகழ்த்தும் உரைகளாகவே இருப்பதைக் காணலாம். இந்த விளியிலேயே திணைக்கான கருப்பொருள்கள், இயற்கைக் காட்சிகள் அடுக்கியுரைக்கப்படுகின்றன. இவையே ஒரு பாடலின் திணையை வரையறுக்கின்றன. நேரடி கேட்குநர் முன்னிலையில் இருந்து உரையைக் கேட்டாலும் அவ்வுரை அவரை நோக்கியதன்று என்பதைப் பல கவிதைகள் வெளிப்படுத்துகின்றன. இக்கவிதைகளில் மறைமுகக் கேட்குநர் ஒருவர் அமைந்திருக்கின்றார். இத்தகு மறைமுகமாகக் கேட்குநர்களை "சிறைப்புறத்தானாக / சிறைப்புறத்தாளாக" எனச் சுட்டுதல் சங்கக் கவிதையியல் மரபாக உள்ளது.

ஒரு கூற்று நிகழ்த்தப்படுகின்றது என்றால் அக்கூற்றைக் கேட்பதற்கு ஒரு முன்னிலை தேவைப்படுகின்றது. மனிதர்களை முன்னிலைகளாக இருத்த இயலாத போது பிற பொருள்களையும் முன்னிலைகளாக நிறுத்தலாம் எனத் தொல்காப்பியம் சுட்டுகின்றது.

> ஞாயிறு திங்கள றிவே நானே
> கடலே கானல் விலங்கே மரனே
> புலம்புறு பொழுதே புள்ளே நெஞ்சே
> அசையல பிறவு நுதலிய நெறியாற்
> சொல்லுந போலவுங் கேட்குந போலவுஞ்
> சொல்லியாங் கமையு மென்மனார் புலவர் (செய். 192)

என்ற நூற்பாவில் இதனைக் காணலாம். ஞாயிறு, திங்கள், அறிவு, நான், கடல், கானல், விலங்கு, மரம், புள், நெஞ்சு போன்றவை இயல்பில் கூற்று நிகழ்த்துபவையோ நிகழ்த்தப்பட்ட கூற்றைக் கேட்பவையோ அல்ல. இவை கூற்றை நிகழ்த்துவதாகவோ கேட்பதாகவோ சுட்டுவது தன் உணர்ச்சியை வெளிப்படுத்துவதற்கான ஒரு முன்னிலையை உருவாக்குவதே ஆகும். இத்தகு முன்னிலைகள் உருவாக்கப்

படாத கவிதைகளும் சங்க இலக்கியங்களில் காணப்படு கின்றன. இக்கவிதைகளுக்குத் தன்னுள்ளே சொல்லியது என்ற குறிப்பு அளிக்கப்பட்டுள்ளது. குறுந்தொகையில் 16 பாடல்கள் கேட்போர் சுட்டப்படாத பாடல்களாக உள்ளன. அவற்றில்

கண்டோர் கூற்றாக அமைந்த பாடல்கள் - 2 (7,229)

தலைவி கூற்றாக அமைந்த பாடல்கள் - 7 (24, 92, 122, 155, 157, 163, 401)

செவிலி கூற்றாக அமைந்த பாடல்கள் - 5 (44, 84, 144, 356, 396)

தோழி கூற்றாக அமைந்த பாடல் - 1 (55)

தலைவன் கூற்றாக அமைந்த பாடல்கள் - 2 (56, 147)

ஆகும். இக்கேட்போர் சுட்டப்படாத பாடல்களுக்குக் கவிதையின் சூழல் சார்ந்து ஒரு கேட்போரை உருவாக்கிக் கொள்ளலாம். ஞாயிறு, திங்கள், அறிவு, நான், கடல், கானல். விலங்கு. மரம், புள், நெஞ்சு போன்றவற்றை மீறிய கேட்கும் பொருள்கள் பல இருப்பதைச் சங்க அகப்பாடல்களில் காணலாம். அது போலவே கேட்குநராகத் தொல்காப்பியம் சுட்டியவர்கள் தவிர்த்த பலர் கேட்குநராக இருப்பதைச் சங்கப்பாடல்களில் காணமுடிகின்றது. மேற்குறிப்பிட்ட பொருள்கள் தலைவன் தலைவியின் கூற்றைக் கேட்போராக இருக்கும்போதே கவிதை சிறக்கும். செவிலி தோழிக்கும் சில நேரங்களில் இவை பொருந்தலாம். கண்டோர், அறிவர், பார்ப்பார் போன்றோருக்கு அவர்கள் குழாத்தினரே கேட் போராகச் சுட்டத்தக்கவராவர். இதனைச் சங்கப்பாடல்களால் உணரலாம்.

தொல்காப்பியம் கூற்று என்பதைப் பேச்சு, உரையாடல் என்பதாக மட்டும் குறுக்கிக்கொள்ளாமல் கவிதையின் பாடுபொருளை - உரிப்பொருளை - அடிக்கருத்தை விவரிக் கின்ற விவரணையாக அமைத்துள்ளது. அது போலவே கேட்போரின் தன்னிலையையும் தொல்காப்பியம் முக்கிய

மானதாகக் கருதியுள்ளது. இக்கேட்போரின் தன்னிலை கூற்றின் இயக்கத்திற்கு அடிப்படையாக இருந்துள்ளது. கவிதையில் தகவல் தொடர்பை நிகழ்த்துகின்ற கூற்றாளர் எவ்வளவு முக்கியமோ அதே அளவுக்குக் கேட்பவரும் முக்கியமானவர் என்பதைத் தொல்காப்பியம் உணர்த்த முயன்றுள்ளது. இவ்விருவரின் தன்னிலைகளைக் கணக்கில் கொண்டால் மட்டுமே சங்க இலக்கியத்தினை முழுமையாகப் புரிந்துகொள்ளமுடியும்.

குறிப்புகள்

*1.*இந்த இடத்தில் கூற்றுகள் நிலைத்த தன்மை யுடையவை *(concrete utterance)* அவற்றை மொழி யைப் பேசுபவர் எடுத்துப் பயன்படுத்துகின்றனர் எனும் மிகெய்ல் பக்தினின் கருத்துகளை இணைத்துக் காணலாம்.

*2.*குறுந்தொகை தலைவன் கூற்றில் அமைந்துள்ள பாடல்கள் மொத்தம் *58* ஆகும். இவற்றில் கேட்போர் அற்றதாக அமைந்துள்ள பாடல்கள் *- 2 (56, 147)* வண்டு கேட்பதாக அமைந்த பாடல் *- 1 (2)*

- நெஞ்சு கேட்பதாக அமைந்த பாடல் *- 19 (19, 62, 63, 70, 71, 116, 120, 128, 131. 151, 165, 168 . 182, 199, 256 . 267. 312 , 347, 367)*

- பாங்கன் கேட்பதாக அமைந்த பாடல் *- 12 (72, 95, 119, 132, 136, 156, 184, 206. 272, 280, 286. 291)*

- தோழி கேட்பதாக அமைந்த பாடல் *- 9 (14, 32, 99. 142. 173, 209, 276, 337, 377)*

- பாகன் கேட்பதாக அமைந்த பாடல் *- 5 (189, 233, 250, 323. 400)*

- தலைவி கேட்பதாக அமைந்த பாடல் *- 3*

(40,137,300) பாங்காயினார் கேட்பதாக அமைந்த பாடல் - *3 (50. 100 (நெ.), 101(நெ.))*

- முல்லை மலர் கேட்பதாக அமைந்த பாடல் - *1 (162)*
- வாடை கேட்பதாக அமைந்த பாடல் - *1 (235)*
- தேர்ப்பாகன் கேட்பதாக அமைந்த பாடல் - *1 (237)*
- மழை கேட்பதாக அமைந்த பாடல் - *1 (270)* ஆகும்.
- தலைவி கூற்றில் அமைந்த பாடல்கள் *79* ஆகும். அவற்றில் கேட்போர் அற்றதாக அமைந்துள்ள பாடல்கள் - *7 (24, 87(நெ.) 92, 122, 155, 157, 163)*
- தோழி கேட்பதாக அமைந்த பாடல்கள் - *61* *(3, 4, 5, 6, 12, 13, 20, 21, 25, 27, 28, 30, 31, 33, 35, 36, 38, 39, 41, 43, 46, 54, 57, 60, 64, 65, 67, 68, 76, 77, 79, 82, 86, 93, 94, 96. 97. 98, 102, 103, 104, 105. 106. 108. 110, 112. 118. 121. 125, 126. 133. 134, 140. 141. 145. 148. 149. 150. 152. 153, 154, 160. 161. 170. 171, 172, 174. 175. 181, 183. 185. 186, 187, 188. 190. 191. 192, 193. 194. 195, 197. 200. 201. 202. 203, 205, 207. 208. 216. 218, 219. 220. 221. 223. 224. 226. 228. 231. 234. 239. 240, 241. 243. 245. 246. 249. 252. 254. 257. 261, 264. 266. 269. 271. 278. 279. 281. 283. 285. 289. 290. 293. 296, 299. 301. 302, 304. 307. 310. 311, 313, 314, 315, 316, 318, 319, 320, 322, 325, 326, 329, 330. 334. 340, 341. 344. 349. 352, 360, 361, 368, 371, 377, 385, 386, 387, 391, 395, 398, 399)*
- நெஞ்சு கேட்பதாக அமைந்த பாடல்கள் - *3 (11, 305, 306)*
- தலைவன் கேட்பதாக அமைந்த பாடல் - *1 (49)*
- பாணன் கேட்பதாக அமைந்த பாடல் - *1 (75)*

- சேவல் கேட்பதாக அமைந்த பாடல் - 1 (107)
- மழை கேட்பதாக அமைந்த பாடல் - 1 (158)
- ஆறு கேட்பதாக அமைந்த பாடல் - 1 (327)

- தலைவி / தோழி கூற்றை நெஞ்சு / தலைவி கேட்பதாக அமைந்த பாடல் - 1 (91)

- தலைவி / தோழி கூற்றைத் தோழி / தலைவி கேட்பதாக அமைந்த பாடல் - 1 (130)

- தலைவி / தோழி கூற்றைத் தலைவன் கேட்பதாக அமைந்த பாடல் - 1 (169) ஆகும்.

பார்வைகள்

1998 : கா. சிவத்தம்பி, பண்டைத் தமிழ்ச் சமூகம் வரலாற்றுப் புரிதலை நோக்கி, நா. வானமாமலை, ஆ. சிவசுப்பிரமணியன், செ. போத்திரெட்டி (மொ.பெ.), சென்னை: மக்கள் வெளியீடு.

2000 : ச. சிவகாமி, தொல்காப்பியக் கூற்றுப் பகுப்பாய்வு, அரங்க. முருகையன் முதலானோர் (பதி.), தொல்காப்பிய ஆய்வுகள், சென்னை : உலகத்தமிழாராய்ச்சி நிறுவனம்.

2009: கே. பழனிவேலு, பனுவல் எடுத்துரைப்பு திறனாய்வு, புதுச்சேரி : வல்லினம்.

2011: கே. பழனிவேலு, கூற்றுக்கோட்பாடும் தமிழ்க் கவிதையியலும், தஞ்சாவூர் : அகரம்.

7

எடுத்துரைப்பியல் நோக்கில் தொல்காப்பிய வெட்சிப் போர் மரபுகள்

திணைக் கவிதையியல் என்ற தமிழ் இலக்கியவியல் கோட்பாட்டினைப் பற்றி விரிவாகப் பேசுகின்றது. இக்கவிதையியல் அகத்திணை, புறத்திணை எனும் கோட்பாடுகளை உள்ளடக்கியதாகும்.

தொல்காப்பியம் வழக்கும் செய்யுளும் ஆயிரு நாடி உருவாக்கப்பட்டதாகச் சுட்டப்பட்டாலும் அதன் பொருளதிகாரம் இலக்கியத்திற்கான கோட்பாடுகளையே முன்வைக்கின்றது. இதனால் பொருளதிகாரம் சுட்டும் கருத்துகளை வழக்கிற்கானது எனக் கொள்வதைவிட செய்யுளுக்கானது எனக் கொள்வதே சிறப்பானதாகும். எனவே திணை மரபுகள் தளப்பார்வையில் புரிந்துகொள்ளப்பட வேண்டியன என்பதை உணரலாம். அதே நேரத்தில் அகத்திணையைவிடப் புறத்திணையியல் சுட்டும் மரபுகள் மட்டும் சமூகத்தில் இயல்பாக நடந்தவையாகப் பார்க்கப்படுகின்றன. அகப்பாடல்களை ஆசிரியர் கூற்றாகப் பார்க்காமல் பாத்திரக் கூற்றாகப் பார்க்கும் வாசிப்பு மரபின் அடிப்படையில் புறப்பாடல்களையும் அதே கண்ணோட்டத்தில் பாத்திரக் கூற்றாகப் பார்க்க வேண்டும். மாறாகப் புறப்பாடல்களை ஆசிரியர் கூற்றாகப் பார்க்கும் வாசிப்பு மரபே வழக்கத்தில் இருக்கின்றது.

இக்கட்டுரை வெட்சித் திணை தொல்காப்பியத்தால் முன் வைக்கப்படும் முறைமையை எடுத்துரைப்பியல் நோக்கில் ஆராய முயல்கின்றது.

அகப்பொருள் கருத்துகளைக் கவிதையியல் கோட்பாடாகப் பார்க்கும் நாம் புறத்திணைக் கருத்துகளையும் கவிதையியல் கோட்பாடாகவே கொள்ளவேண்டும். பண்டைய அகக்கவிதை மரபில் குறிஞ்சி, முல்லை, மருதம், நெய்தல் (பாலை) ஆகிய நான்கு நிலங்கள் அக ஒழுக்கத்திற்குக் குறியீடாக்கப் பட்டுள்ளன. அகத்திணை மரபில் இயற்கையும் இயற்கையின் மீதான மனித செயல்பாடுகளும், தன்னிலை களின் பாலியல் சார்ந்த மன உணர்வுகளும் கோட்பாடுகளாக முன்வைக்கப்படுகின்றன. இக்கோட்பாடு தரும் தளப்பார்வை யிலேயே அகக் கவிதைகளைப் புரிந்து கொள்ள வேண்டும். இது போன்றே புறத்திணைக்கு வெட்சி, வஞ்சி, காஞ்சி, எனும் பூக்கள் குறியீடாக்கப்பட்டுள்ளன. புறத்திணை மரபில் பொருளாதார நடவடிக்கைகள் சார்ந்த மனித செயல்பாடுகளும் சமூகமும் சமூகத்தின் இயக்கமும் சமூக முரண்களும் கோட்பாடுகளாக முன்வைக்கப்படுகின்றன.

இங்குச் சுட்டப்படும் கோட்பாடு, தளப்பார்வை என்பதை அகத்திணை மரபில் எளிதாகப் புரிந்துகொள்ளலாம். அகத்திணை மரபில், நிலப் பின்னணி, விவரணைப்படுத்தப் படும் பொருள்கள், இடம்பெறும் மனிதர்கள் அல்லது பாத்திரங்கள், பாத்திரங்களின் கூற்றுகள், கூற்று நிகழ்த்தாப் பாத்திரங்கள், பேசப்படும் பொருள்கள், பேசுபொருள்களுக்குக் கொள்ளப்படும் பொருண்மைகள் எனப் பல விதிமுறைகள் அமைக்கப்பட்டுள்ளன. இவ்விதிமுறைகள் அனைத்தும் அக மரபில் இறுக்கமாகப் பின்பற்றப்படுவதைக் காணலாம். இவ்விதிமுறைகள் மீறப்படும்போது அகப்பொருள் என்ற தன்மையையே இழக்க நேரிடுவதும் விதிமுறையில் சுட்டிக் காட்டப்படுகின்றது.

மக்கள் நுதலிய அகனைந்திணையும்
சுட்டி ஒருவர் பெயர்கொளப் பெறாஅ *(தொல். பொருள்.56)*
என்பதனால் இதனை அறியலாம்.

அகப் பொருள் மரபில் சுட்டப்படும் கருத்துகள் தமது தளத்தில் ஒரு கவிதையியல் கருத்தைக் கொண்டிருந்தாலும், பெரும்பாலும் சமூகத்துடன் இணைந்து செல்பவையாகவே இருக்கின்றன. அதே வேளையில் சமுதாய நடைமுறைக்கு மாறாகவும் கவிதையியல் விதிமுறைகள் சில வகுக்கப்பட்டிருந்ததையும் காணமுடிகின்றது (தந்தை, தன்னையர், நற்றாய் பற்றிய கருத்துகள், கூற்று நிகழ்த்தாமை, கொண்டெடுத்து மொழியப்படுதல் போல்வன). இவ்விதிமுறைகளின் பின்னணியிலிருந்து மாறினால் அகக்கவிதைகளின் மரபார்ந்த பொருளில் இடர்பாடு ஏற்பட வாய்ப்பிருக்கின்றது. அல்லது அகக் கவிதை என்ற தன்மையை இழக்க நேரிடுகின்றது.

தொல்காப்பியத்தில் அகமரபு என்ற கவிதை மரபு முன்வைக்கப்பட்டதைப் போன்றே புறமரபு என்ற கவிதை மரபும் முன்வைக்கப்பட்டிருக்கிறது. புறமரபில் முன் வைக்கப் படும் கருத்துக்கள் அனைத்தும் சமூக நடைமுறையாகக் கொள்ளப்பட்டுள்ளனவே தவிர, கவிதையியல் மரபாகக் கருதப்படவில்லை. அதற்குக் காரணமாக அகக் கவிதையியல் மரபுகள் விரிவாக்கப்பட்டதைப் போன்று புறக் கவிதையியல் மரபுகள் விரிவாக்கம் பெறாமையே எனலாம்.

புறத்திணைக் கவிதையியல் மரபுகள் தொல்காப்பியத்தின் புறத்திணையியல் என்ற இயலில் மட்டுமே முன் வைக்கப்பட்டுள்ளன. அதேநேரம், தொல்காப்பியர் தமது இலக்கண நூலில் அகத்திணை, களவு, கற்பு, மெய்ப்பாடு ஆகிய இயல்களில் அகப்பொருள் பற்றிய கருத்துகளை விவரிக்கின்றார். அகம் புறம் என்ற இரு நிலையில் அமைந்த பண்டைத் தமிழரின் திணைக் கோட்பாட்டில் அக மரபே ஆதிக்கம்

பெற்றிருந்ததை இது காட்டுகின்றது. பண்டைய தமிழ்க் கவிதையியலில் புறத்திணை மரபுகளை விட அகத்திணை மரபுகளே செழுமைப்படுத்தப்பட்டு, விரிவுபடுத்தப்பட்டிருக்கின்றன. புறத்திணைக் கருத்துகளின் வளர்ச்சி நிலைகளைப் பிற்காலத் தெழுந்த புறப்பொருள் வெண்பா மாலையே நமக்குக் காட்டுகின்றது.

பண்டைய திணை மரபு என்பது அகம், புறம் என்ற இரு மரபுகளுக்கும் பொதுவானது என்பதனால் இவ்விரண்டு மரபுகளுக்கும் இடையில் பொதுக்கூறுகள் பல இருந்திருக்கிறது. தொல்காப்பியம் உருவான காலத்தில் இப்பொதுக் கூறுகள் பேரளவுக்கு விடுபட்டுவிட்டன எனலாம். அதனால் தான் பொதுமரபில் திணை மரபுகள் பேசப்படாமல் சில இடங்களில் ஒப்பீட்டு முறையில் பிரித்துச் சுட்டப்படுகின்றன.

அகமும் புறமும் ஒருங்குவைத்தறியப்பட்ட முந்தைய கருத்தில் அடிப்படையில் தொல்காப்பியம் அகத்திணையின் புறமாகவே புறமரபைப் பதிவு செய்கின்றது.

மக்கள் நுதலிய அகனைந்திணையும்
சுட்டி ஒருவர் பெயர்கொளப் பெறாஅ

(தொல். பொருள். 56)

என அகத்திணையில் சுட்டிய தொல்காப்பியர், அடுத்த நூற்பாவில்

புறத்திணை மருங்கிற் பொருந்தி னல்லது
அகத்திணை மருங்கி னளவுத லிலவே

(தொல். பொருள்.57)

எனச் சுட்டுகின்றார். பெயர் சுட்டும் மரபு புறத்திணையில் அமையும் என்று கூறுவதன் மூலம் புறத்திணைக் கவிதையியல் பற்றிய கருத்துகளையும் அகத்திணையிலேயே சுட்ட முயன்றுள்ளார். இவ்வாறு சுட்டுவதன் மூலம் திணை மரபை ஒருங்குவைத்தெண்ணுவதைக் காணமுடிகின்றது.

> கைக்கிளை முதலாப் பெருந்திணை இறுவாய்
> முற்படக் கிளந்த எழுதிணை என்ப

என அகத்திணைகளை அறிமுகப்படுத்தும் தொல்காப்பியர், அதன்பின் நடுவண் ஐந்திணை, முப்பொருள், திணை களுக்கான காலம் இடம் என ஒவ்வொன்றாக அறிமுகப் படுத்திச் செல்கின்றார். அகத்திணையின் நோக்கு புறத்திணையில் ஆதிக்கம் செலுத்துவதைக் காணமுடிகின்றது. அகத்திணையின் இறுதி நூற்பாவில் பெயர்சுட்டாஅக மரபுடன் புற மரபை இணைத்துச் சுட்டிய தொல்காப்பியம் அகத்திணை மரபைப் புறத்திணைக்கும் நீட்ட முயல்கின்றது.

> அகத்திணை மருங்கின் அரில்தப உணர்ந்தோர்
> புறத்திணை இலக்கணந் திறப்படக் கிளப்பின்
> வெட்சி தானே குறிஞ்சியது புறனே
> உட்குவரத் தோன்றும் ஈரேழ் துறைத்தே
>
> (தொல்பொருள்.56)

என்ற நூற்பா, அகத்திணைக்குரிய இலக்கணங்களைக் குறைவர உணர்ந்தவர்கள், புறத்திணையின் இலக்கணத்தின் திறத்தைச் சொல்லப்போனால், குறிஞ்சித்திணையின் புறனாக அமைவதே வெட்சித்திணையாகும். அது அச்சத்தை அளிக்கும் பதினான்கு துறைகளை உடையது எனச் சுட்டுகின்றது. இந்நூற்பாவில், அகத்திணையை அறிந்தோரின் நோக்குநிலை முதன்மை படுத்தப்படுவதை அறியலாம்.

அகத்திணையின் முதல் நூற்பாவில் அகத்திணைகள் ஏழினை அறிமுகப்படுத்திய முறைமை புறத்திணையில் கடை பிடிக்கப்படாமை நோக்கத்தக்கது. இதனால், புறத்திணை பற்றிய கருத்துகள் அனைத்தும் அகத்திணையின் கண்ணோட்டத்திலேயே அமைக்கப்பட்டுள்ளன என்பதை அறியலாம். ஒவ்வொரு புறத்திணையும் அகத்திணைக்குப் புறனாகச் சுட்டப்படுவதன் மூலம் அகத்திணையின் நீட்சியாக அல்லது மறுபக்கமாகவே முன்வைக்கப்படுகின்றன.

புறத்திணைகளுக்கு அகத்திணைகளுக்குச் சுட்டப் பட்டதைப் போன்று புவியியல் அமைப்பு சார்ந்த நிலப் பகுதிகள் சுட்டப்படவில்லை. மாறாகப் புறத்திணையியலில் குறிக்கப் படும் நிலப்பகுதி அதிகார நில எல்லைகளாக அமைந்துள்ளன. இவ்வதிகார நில எல்லைக்குப் பல்வேறு பெயர்கள் வழங்கி யுள்ளதைச் சங்க இலக்கியம் காட்டுகின்றது. இனக்குழுக்களின் குறும்பு, அரண், மிளை, முனை, தொடங்கி அரசர்களின், வேந்தர்களின் அதிகார எல்லையைக் குறிக்கும் நாடு வரை புறத்திணையியலில் பேசப்படுகின்றன. சிலப்பதிகார காலத்தில் வேந்தர்களின் அதிகார எல்லைக்குள் அடங்காமல் இனக்குழுக்கள் இருந்த நிலைமை பதிவு செய்யப்பட்டிருக்கின்றது. இதனால் இனக்குழு மரபு வேந்தர் மரபில் அடங்கியே ஆகவேண்டும் என்ற கடப்பாடு ஏதும் இல்லை என்பதை உணரலாம்.

அகத்திணைகளைப் போலப் புறத்திணைகளையும் புவியியல் சார் இயற்கையுடன் இணைக்கும் கருத்தாக்கம் திணை மரபில் உருவாக்கப்பட்டுள்ளது. இதனை,

வெட்சிதானே குறிஞ்சியது புறனே
உட்குவரத் தோன்றும் மீரேழ் துறைத்தே
(தொல். பொருள்.59)

வஞ்சி தானே முல்லையது புறனே (தொல். பொருள்.64)

உழிஞைதானே மருதத்துப் புறனே (தொல். பொருள்.66)

வாகைதானே பாலையது புறனே (தொல். பொருள்.73)

தும்பை தானே நெய்தலது புறனே (தொல். பொருள்.70)

பாடாண் பகுதி கைக்கிளைப் புறனே (தொல். பொருள்.78)

காஞ்சிதானே பெருந்திணைப் புறனே
(தொல். பொருள்.76)

என்ற நூற்பாக்களில் காணலாம். புறத்திணை ஒவ்வொன்றும் அகத்திணைக்கு இணையாக நிறுத்தப்பட்டு புறனாக்கப்படு

கின்றன. அதே நேரம் இந்த அகப்புற இணைவுகள் எந்த அளவுக்குப் பொருத்தப்பாடுகளைக் கொண்டுள்ளன என்ற விளக்கம் தொல்காப்பியரால் தரப்படவில்லை. உரை யாசிரியர்களே அகப்புற இணை நிலைகள் பற்றிய பொருத்தப் பாடுகளைத் தமது உரைகளில் விளக்குகின்றனர்.

> களவொழுக்கமுங் கங்குற் காலமும் காவலர் கடுகினுந் தான் கருதிய பொருளை இரவின்கண் முடித்து மீடலும் போல்வன ஒத்தலின் வெட்சி குறிஞ்சிக்குப் புறனென்றார். வெட்சித்திணை யாவது களவின்கண் நிரைகொள்ளும் ஒழுக்கம் ; இதற்கு அப்பூச் சூடுதலும் உரித்தென்று கொள்க.

என நச்சினார்க்கினியர் உரைக்கின்றார். இப்புறமாகும் கருத்தை விரித்துரைக்கும் ச. பாலசுந்தரம்,

> வெட்சி குறிஞ்சிக்குப் புறனாயவாறு யாங்ஙனம் எனின்? கங்குலாய சிறுபொழுதும் ஆனிரைகளைக் களவிற்கோடலாகிய செயலும், ஊறஞ்சாது தாம் கருதியது முடித்தலும், சூளுரைத்தலும், ஆநிரையை நோயின்றுய்த்தலும் பிறவும், குறிஞ்சிக்குரிய முதற் பொருளொடும் உரிப்பொருளொடும் ஒத்தலானும், வரைபொருட்பிரிவு குறுகியகாலப் பிரிவாகலா னும் அவ்வாறே இதுவும் குறுகிய காலத்தினதாக லானும் தந்துநிறை, பாதீடு முதலியவை பொரு ளீட்டமாக அமைதலானும் நிரை மீட்டலாகிய வினை வேந்தன் பணிப்பின்றியும் நிகழு மாதலானும் நிரைகோடலும் மீட்டலுமாகிய வெட்சித்திணை குறிஞ்சித்திணைக்குப் புற னாயிற்றென்க. குறிஞ்சி அகத்திணைகட்கு அடிப்படையாயினாற் போல வெட்சி புறத் திணைகட்கு அடிப்படையாதலும் அதனானே கொள்ளப்படும்.

எனச் சுட்டுகின்றார். பாலசுந்தரம் புறனாகும் தன்மையை அகத்திணையின் முதற்பொருள், உரிப்பொருளொடும் இணைப்பதைக் காணமுடிகின்றது. மேலும், களவு எவ்வாறு பிறர் ஏவலின்றி நடைபெறுகின்றதோ அதுபோலவே வெட்சியும் பிறர் பணிப்பின்றியும் நடைபெறுவதாகச் சுட்டி அனைத்து நிலைகளிலும் பொருத்தப்பாடு இருப்பதைக் குறிக்கின்றார்.

தொல்காப்பியம் முன்வைக்கும் கவிதையியல் மரபுகள் தொல் தமிழ்க் கவிதையியலின் சில கூறுகளே என்ற தெளிவு நமக்கு தேவைப்படுகின்றது. இனக்குழு மரபு, வாய்மொழி மரபு சார்ந்த கவிதையியல் கூறுகள் வேந்தர் மேலெழுச்சி, கல்வி மரபு ஆகியவற்றால் பல்வேறு மாற்றங்களுக்கு உட்பட்டு வந்துள்ளன. வேந்தர், கல்வி மரபுகள் முந்தைய பண்பாட்டுக் கூறுகளின் மீது ஆதிக்கம் செலுத்தியதன் விளைவாக, முந்தைய கருத்தாக்கங்கள், பண்பாடுகள் போன்றவற்றில் மாற்றங்கள் நிகழ்ந்துள்ளன. கருத்தாக்கங்களில் சில மாற்றமடைவதும் சில உருமாறிக்கொள்வதுமான சூழலில் தொல்காப்பியம் எழுந்துள்ளது. அரசமைப்பு நன்கு வளர்ச்சி பெற்றுவிட்ட வேந்தர் காலத்தில் தொல்காப்பியம் உருப் பெற்றுள்ளது. தொல்காப்பியம் இனக்குழுக்கால மரபைப் பற்றிப் பேசினாலும் வேந்தர் மரபுக்கு முதன்மை கொடுப்பதைக் காணலாம். இவ்வேந்தர் மரபின் தாக்கத்தால் பண்டைய கவிதையியலில் ஏற்பட்ட மாற்றங்களே தொல்காப்பியத்தில் பதிவு செய்யப்பட்டுள்ளது. அகக் கவிதை மரபில் களவு, கற்பு ஆகிய கைகோள்கள் முன்வைக்கப்படும் முறையில் அவற்றைத் தெளியலாம். ஆண் சார்ந்த சொத்துடைமை, இறுக்கமான குடும்ப அமைப்பு போன்றவற்றுக்கு ஏற்ற முறையில் கைகோள் மரபுகள் முன்வைக்கப் படுகின்றன. இந்தப் பின்னணியிலேயே புறத்திணை மரபையும் நாம் புரிந்து கொள்ளவேண்டும்.

அமெரிக்க பாதுகாப்புத் துறை, மென்பொருள் உருவாக்க மாதிரிகளாகச் சில கருத்துகளைத் தெரிவிக்கின்றது. அவற்றில்

தொல்காப்பியத் திணைக்கோட்பாடு

செயல்திறன் மேம்பாட்டு மாதிரியில் *(Capability maturity model)* ஐந்து நிலைகள் குறிக்கப்படுகின்றன.

1. தொடக்கம் *(initial)*: தொடக்க நிலையில் செயல் களைத் திட்டமிட முடியாது; கட்டுப்பாட்டிலும் வைக்க முடியாது; சூழலுக்கேற்பவே செயல்பாடு இருக்கும்.

2. மேலாண்மை செய்தல் *(managed)* : என்ன பணியைத் திட்டமிடுகின்றோமோ அதற்கேற்ப குணாதியங்கள் உருவாகின்றன. அப்படிச் செய்தா லும், சூழலுக்கேற்பவே செயல்பட முடியும்.

3. வரையறுத்தல் *(difined)* : நிறுவனத்திகேற்பச் செயல்முறைகளை வடிவமைத்து, முன்கூட்டியே திட்டமிட்டு அதற்கேற்றாற் போல எதிர்கொள்ளு தல். ஒவ்வொரு பணியைச் செய்யும்போதும் நிறுவனத்திற்கான வரையறுத்த செயல்முறை களைப் பயன்படுத்திச் செயல்களைச் செய்தல்.

4. அளவீடுகள் மூலம் மேலாண்மை செய்தல் *(quantitatively managed)*: செயல்கள் அளவிடப்பட்டு அதற்கேற்பக் கட்டுப்படுத்தப்படுதல்.

5. மேம்படுத்துதல் *(optimizing)* : செயல்களின் திறனை மேம்படுத்துதல்

இவற்றின் அடிப்படையில் திணை மரபு என்ற கவிதையியல் மரபு பண்டைத் தமிழ் இனக்குழு மரபில்தான் தோற்றம் பெற்ற முறைமையை அறிந்துகொள்ளலாம். இனக்குழுக்களின் தொடக்கநிலைக் கருத்துகளுக்கும் மேம்படுத்தப்பட்ட நிலை யிலானகருத்துகளுக்கும் இடையில் பல நிலைகள் இருந்திருக்க வேண்டும்.

இனக்குழுக்கள் தொடக்கத்தில் தமது போர்ச் செயலை (ஆகோளை) எவ்விதத் திட்டமிடுதலும் இன்றி, சூழலுக்

கேற்பவே மேற்கொண்டுள்ளன. அடுத்த நிலையில் சில செயல்களைத் திட்டமிட்டு செய்யும்போது அச்செயலைச் செய்வதற்கென்று சில இயல்புகள் உருவாகியுள்ளன (படையைத் திரட்டுதல், நிமித்தம் பார்த்தல்). அதற்குப் பிறகு (ஆகோளை) முன்கூட்டித் திட்டமிட்டு(ஒற்றறிதல் போன்ற) செயல்களை மேற்கொள்ளுதல், வரையறுத்த செயல்முறை களை மேற்கொள்ளுதல் (தந்துநிரை, பாதீடு, உண்டாட்டு, கொடை) என்ற முறைகள் தோன்றியுள்ளன. இந்த நிலை யிலேயே வெட்சி என்ற குறியீடு தோற்றம் பெற்றுள்ளது. உண்மையில் தொடக்க நிலை என்பதே இனக்குழு நிலை யாகும். வரையறுத்து ஒரு செயலைச் செய்கின்ற நிலை இனக்குழுக்களின் நன்கு வளர்ந்த நிலையாகும். இந்த நிலையையே தொல்காப்பியம் சுட்டும் வெட்சிப் போர் மரபுகள் நமக்குக் காட்டுகின்றன. வெட்சிப் போர் மரபின் செயல்கள் அளவிடப்பட்டு அதற்கேற்பக் கட்டுப்படுத்தப்படு தலும் செயல் மேம்பாடும் ஆகோள் மரபிற்குப் பிறகான நூற்பாவில் சுட்டப்படுகின்றன.

புற மரபு தனித்த கவிதையியல் மரபாகப் பதிவு செய்யப்பட்டிருந்தால், சமூகத்தின் வளர்ச்சி நிலையும் அரசமைப்பின் வளர்ச்சியும் பண்பாட்டு நிலைக்களன்களும் தெளிவுபெற்றிருக்கும். மாறாகத் தொல்காப்பியம் அகத்திணை யின் புறமாகவே புறமரபைப் பதிவு செய்கின்றது. இனக்குழு மரபில் உருவான அக, புறக் கவிதையியல் மரபுகளில் அகமரபு நன்கு மேம்பாடடைந்து விரிவாக்கம் பெற்றுள்ளன. அதே அளவுக்குப் புறமரபு விரிவாக்கம் பெறும் சூழலில் வேந்தர் மரபு மிகப்பெரிய தாக்கத்தை ஏற்படுத்தியுள்ளது. புறமரபுகள் முழுக்க அரசமைப்பின் வளர்ச்சியை, வேந்தர்களின் மேலெழுச்சியைக் காட்டும் வண்ணம் மாற்றம் பெற் றுள்ளதைக் காணலாம். புறத் திணைக்கான மரபுகள் முழுக்க வேந்தர் மேலெழுச்சியுடன் இணைக்கப்பட்டுவிட்ட நிலை

யிலேயே தொல்காப்பியம் அவற்றைப் பதிவு செய்துள்ளது. அதனால் தான் இனக்குழு வாழ்வில் திட்டமிட்டு நிகழாத ஆகோள் மரபினை, நன்கு மேம்படுத்தப்பட்ட செயல்களை மேற் கொள்ளும் வேந்தர்களுடன் இணைக்கின்றது.

வேந்துவிடு முனைஞர் வேற்றுப்புலக் களவின்
ஆதந் தோம்பல் மேவற்றாகும் *(தொல். பொருள்.59)*

என வேந்தர் பண்பாட்டின் ஊடாகப் பதிவு செய்யப்படு கின்றது. தன்னுறுதொழில், மன்னுறுதொழில் எனச் சுட்டப் படும் ஆநிரைப் போர்களின் வகைகள் பிறகால வளர்ச்சியே ஆகும். இனக்குழு மரபைப் பின்தள்ளி வேந்தர் மரபை முன் வைக்கும் தொல்காப்பியம், வேந்தனால் ஏவப்பட்டே ஆநிரைப் போர்கள் நிகழ்த்தப்பட்டன என்ற தோற்றத்தை உருவாக்குகின்றது.

சங்க இலக்கிய ஆகோள் பதிவுகள் பாலை நிலம் சார்ந்தவையாகவே இருப்பதைக் காண்கின்றோம். பாலை நிலத்தில் வாழ்ந்த எயினர், முல்லை நிலத்து ஆக்களைக் கொள்ளையிட்ட நிகழ்வாகவே சங்க இலக்கியங்களில் ஆகோள் பூசல்கள் பதிவு பெற்றிருக்கின்றன.

> முல்லைப் பகுதியில் சங்க காலத்தில் ஆநிரையே ஒப்பற்ற செல்வமாகக் கருதப்பட்டது. ஒப்பற்ற செல்வத்தினைத் தங்களுடையதாக ஆக்கிக் கொள்ளவே மறவர்கள் பூசலில் ஈடுபட்டனர். நிலத்தினைக் கவருவதற்கோ ஆட்சியை நிலை நிறுத்துவதற்கோ நிகழ்ந்த பெரும்போர் அல்ல இவை. ஆகோளையே நோக்கமாகக் கொண்டு நிகழ்ந்தவை. இதனை அப்பகுதி மக்கள் களவுத் தொழில் என்று குற்றம் சாட்டவில்லை. ஆகையால் வெட்சிப் போரில் இறந்தவர்களுக்கும் நடுகல் நட்டனர்.

என்று குறிப்பர் (ர. பூங்குன்றன், 2016, 24). மேலும், தொல்காப்பியர் குறிப்பிடும் வெட்சிப் போர் மரபுகள் அனைத்தும் சங்க இலக்கியங்களில் அமைந்திராமையையும் அவர் குறிக்கின்றார். சங்க இலக்கியத்தில் முல்லை, பாலை நிலங்களில் நிகழ்ந்த ஆநிரைப் போர்கள், மாடுகளைக் கவர்வதற்காக எந்த ஓர் இனக்குழுவையும் மற்றொரு இனக்குழு திடீர் எனத் தாக்கலாம் என்ற கருத்து சமூக நடைமுறையில் இருந்துள்ளமையைக் காட்டுகின்றது. இங்கு வேந்தர்களுக்கு முக்கியத்துவம் இருக்கவில்லை. கல்வெட்டு களில் 'தொறுபூசல்' என இக்கொள்ளைகள் அழைக்கப்படு கின்றன. இக்கொள்ளைப் போர்கள் தமிழகம் முழுக்க நிகழ்ந்துள்ளமையைக் கல்வெட்டுகளும் நடுகற்களும் காட்டுகின்றன. இந்நடுகற்களில் இனக்குழு பற்றிய செய்தி களே காணப்படுகின்றன. வேந்தர் பற்றிய செய்திகள் காணப்படவில்லை. தமிழகத்தின் சமச்சீரற்ற சமூக வளர்ச்சியில் கி.பி. 7 ஆம் நூற்றாண்டுவரை இத்தகு போர்கள் நிகழ்ந்துள்ள மையை அறிஞர்கள் சுட்டிச் செல்கின்றனர். இத்தொறு பூசலையே தொல்காப்பியம் வெட்சிப் போராக விவரிக்கிறது. கூடுதலாக வேந்தர் மரபை இணைத்துக் கொள்கின்றது.

முல்லை நிலத்தில் ஆக்களைக் களவாடுதற்காக நிகழ்த்தப்பட்ட இப்போர்கள் அடிப்படையில் முல்லை பாலை நிலத்திற்கு உரியவையாகும். முல்லை, பாலை நிலத்தின் தன்னெழுச்சியான மோதலையும் தன்னெழுச்சியாக வெளிப்படுத்தப்பட்ட காமத்தைக் குறிக்கும் குறிஞ்சியையும் ஒத்த கருத்தாக்கமாக்கி இரண்டையும் அகம் புறமாகத் தொல்காப்பியம் முன்வைக்க முயன்றுள்ளது.

வெட்சியின் துறைகளாகச் சுட்டப்படும்
படையியங் கரவம் பாக்கத்து விரிச்சி
புடைகெடப் போகிய செலவே புடைகெட

ஒற்றி னாகிய வேயே வேய்ப்புறம்
முற்றி னாகிய புறத்திறை முற்றிய
ஊர்கொலை யாகோள் பூசன் மாற்றே
நோயின் றுய்த்த னுவல்வழித் தோற்றம்
தந்துநிறை பாதீ டுண்டாட்டு கொடையென
வந்த வீரேழ் வகையிற் றாகும் *(தொல். பொருள்.60)*

எனும் பதினான்கு துறைகளும் இனக்குழு மரபின் நன்கு வளர்ச்சியடைந்த நிலையைக் குறிக்கின்றது எனலாம். ஆகோளைத் திட்டமிடுவோர் இனக்குழு சமூகத்தின் மூத்தோர் ஆவர். இனக்குழுச் சமூகத்தில் நிலையான படையமைப்பு இல்லாத நிலையில், ஆகோள் திட்டமிடுதலுக்குப் பிறகு படை திரட்டப்படுகின்றது. இப்படிப் படையைத் திரட்டும் ஒலியே படையியங்கு அரவம் எனச் சுட்டப்படுகின்றது. நிமித்தம் பார்த்து ஆகோள் திட்டமிடப்படாமல், ஆகோள் செலவுக்கு முன் நிமித்தம் பார்த்தல் நிகழ்வது கவனிக்கத்தக்கது. நன்னிமித்தம் செயலின் முடிவை முன்கூட்டிக் குறிப்பதாக இருக்கின்றதே தவிர, ஆகோள் பூசலுக்கான செலவை அது முடிவு செய்வதில்லை என்பதை உணரவேண்டும். ஆகோளுக்காக அறிந்து வரப்பட்ட ஒற்றுச் செய்திகள் பகுத்தாயப்பட்டு, மூங்கில் வேலிக்கிடையில் அமைந்த ஆக்கள் நிறைந்துள்ள இடம் முற்றுகையிடப்படுகின்றது. பின் அங்கு நிரைகளைக் காத்துக்கொண்டிருக்கும் மறவர்கள் கொல்லப்படுகின்றனர். நிரைகளைக் கைப்பற்றி ஒட்டி வரும்போது மீண்டும் நிரை மீட்போருடன் போர் நிகழ்கின்றது. நிரை மீட்போரை வென்று ஆக்கள் பத்திரமாக அழைத்து வரப்படுகின்றன. நிரையை எதிர்பார்த்து நிற்கும் தம் இனக்குழுவிற்கு முன்னர்த் தோன்றி, நிரைகளைத் தந்து, பாதீடு செய்து, உண்டாட்டில் கலந்து கொண்டு, கொண்டுவந்த ஆக்களைக் கொடையாக வழங்கும் நிகழ்வுகள் ஒன்றன் பின் ஒன்றாக நடைபெறும் எனக் காட்டப் படுகின்றது. ஆகோள் நிகழ்வுகள் இனக்குழு மரபின் மேம்படுத்தப்பட்ட செயல்நிலையைச் சுட்டுகின்றன. இனக்

குழுக்களின் வெட்சி மரபு என்ற கருத்தாக்கம் முழுமை பெற்றிருந்த நிலையை இது சுட்டுகின்றது எனலாம்.

ஆகோள் பூசலாகிய வெட்சிப் போர் வேந்தர்கள் நிகழ்த்திய பெரும் போர்களின் தொடக்க நிகழ்வாகச் சுட்டப் படுவதும் உண்டு. இந்தச் சூழலில் ஆகோள் போர் ஒரு அடையாள நிகழ்வாகிவிடுகின்றது. இப்பின்னணியில் படை யியங்கு அரவம் அரசனின் ஆணை கேட்டு மறவர்கள் செய்யும் ஆரவாரமாகப் பார்க்கப்படுகின்றது. பாதீடு வேந்தன் பகுத் தளித்தலாகவும் உண்டாட்டு வேந்தன் அளித்த கள் உண்டு களித்தலாகவும் கொடை வேந்தன் அளிக்கும் கொடையாகவும் பொருள்படுகின்றது. இது வேந்தனின் அதிகாரச் செயல்பாட் டுடன் ஒப்பிடப் பொருந்தாமல் இருப்பதை உணரலாம்.

ஆகோள் மரபு முழுவதுமாக இனக்குழு மரபாக இருக்க அம்மரபில் வேந்தர் மரபை இணைக்கும் செயலையே தொல்காப்பியம் மேற்கொண்டுள்ளது. அதே நேரம் வெட்சி யைக் குறிஞ்சியின் புறனாக முன்னிறுத்தும் சூழலில் குடி(துடி) நிலை, கொற்றவை நிலை ஆகிய துறைகள் வெட்சித் திணையில் சுட்டப்படுவதைக் காணமுடிகிறது.

மறங்கடைக் கூட்டிய துடிநிலை சிறந்த
கொற்றவை நிலையு மத்திணைப் புறனே

(தொல். பொருள்.61)

இங்குச் சுட்டப்படும் புறன் என்பதை நச்சினார்க்கினியர் வெட்சிக்குப் புறனடையாகக் கொள்கின்றார். பாலசுந்தரம் குறிஞ்சியின் புறவொழுக்கமாகக் கொள்கின்றார், மேலும் அவர் துடிநிலை, கொற்றவை நிலை ஆகியவை புறத்திணை களுக்கெல்லாம் ஏற்புடையவை எனச் சுட்டி அதனால்தான் போர் பற்றிய பொது ஒழுகலாறுகளைச் சுட்டும் நூற்பாவிற்கு முன்னர் வைத்தார் என்கின்றார்.

வெறியறி சிறப்பின் வெவ்வாய் வேலன்
வெறியாட் டயர்ந்த காந்தளு முறுபகை
வேந்திடை தெரிதல் வேண்டி யேந்துபுகழ்ப்
போந்தே வேம்பே யாரென வரூஉ
மாபெருந் தானையர் மலைந்த பூவும்
வாடா வள்ளி வயவ ரேத்திய
ஓடாக் கழனிலை யுளப்பட வோடா
உடல்வேந் தடுக்கிய வுன்ன நிலையும்
மாயோன் மேய மன்பெருஞ் சிறப்பிற்
றாவா விழுப்புகழ்ப் பூவை நிலையும்
ஆரம ரோட்டலு மாபெயர்த்துத் தருதலுஞ்
சீர்சால் வேந்தன் சிறப்பெடுத் துரைத்தலுந்
தலைத்தா ணெடுமொழி தன்னொடு புணர்த்தலும்
அனைக்குரி மரபினது கரந்தை யன்றியும்
வருதார் தாங்கல் வாள்வாய்த்துக் கவிழ்தலென்
இருவகைப் பட்ட பிள்ளை நிலையும்
வாண்மலைந் தெழுந்தோனை மகிழ்ந்துபறை தூங்க
நாடவற் கருளிய பிள்ளை யாட்டுங்
காட்சி கல்கோ ணீர்ப்படை நடுதல்
சீர்த்தகு மரபிற் பெரும்படை வாழ்த்தலென்
இருமூன்று மரபிற் கல்லொடு புணரச்
சொல்லப் பட்ட வெழுமூன்று துறைத்தே.

என்ற வெட்சித் திணை நூற்பா முக்கியமானதாகத் திகழ்கின்றது. “அனைக்குரி மரபினது கரந்தை“ என இந்நூற்பா சுட்டினாலும் ஆகோளின் உடநிகழ்வான ஆமீட்டலை மட்டும் இந்நூற்பா சுட்டுகின்றது என்று கொள்ளமுடியாது. நிரை மீட்டலுடன் இனக்குழு மரபு சார்ந்த பல கருத்துகளை இந் நூற்பா பதிவு செய்துள்ளது. இந்நூற்பாவிற்கு உரை எழுதும் நச்சினார்க்கினியர்,

> இது முன் இருபெருவேந்தர்க்கும் போர்செயத் தொடங்குதற்குரிய பொதுநிலைமை கூறிய

> அதிகாரத்தானே புறத்திணைக்கெல்லாம் பொது வாகிய வழுவேழும் உணர்த்துதனுதலிற்று; இவை வேத்தியலின் வழீஇத் தன்னுறு தொழிலாய் வருதலின் வழுவாயின. இவை அகத்திற்கும் புறத்திற்கும் உரியவாய் வருவனவும் புறத்திற்கெல் லாம் பொதுவாய் வருவனவுமாதலிற் பொது வியலுமாயின

என்று சுட்டுகின்றார். புறத்திணைக்கெல்லாம் பொதுவாக இருத்தல் வேத்தியலில் தன்னுறு தொழிலைக் குறித்தல்; அகத்திற்கும் புறத்திற்கும் பொதுவாய் வந்து பொதுவியல் ஆதல் எனப் பல கருத்துகளைப் பற்றிப் பேசுகின்றார். துடி நிலை, கொற்றவை நிலை ஆகிய பாலை நில மரபுகள் வன்புலம் சார்ந்த இனக்குழு மரபுகளாகும். அவற்றை வேந்தர் மரபுடன் பொருத்தும் முயற்சியைத் தொல்காப்பியம் மேற்கொண்டுள்ளது. இந்நூற்பா இனக்குழு மரபையும் வேந்தர் மரபையும் இணைக்கும் முயற்சியின் பொருத்த மின்மையையே நமக்குக் காட்டுகின்றது எனலாம்.

இந்நூற்பாவில் வேந்திடைத் தெரிவதற்காக பூ மலைதல், விழுப்புகழைத்தரும் பூவை நிலை, வேந்தன் சிறப்பெடுத் துரைத்தல் ஆகியவை வேந்தர் மரபை வெளிப்படையாகவே காட்டுகின்றன. பிற துறைகள் அனைத்தும் இனக்குழு மரபைச் சுட்டுபவையாக உள்ளன. இனக்குழு மரபு சார்ந்த அனைத்து மரபுகளையும் வெட்சித்திணையில் அடக்க முயன்ற தனாலேயே ஆகோளுக்கு அடுத்து இவை தொகுத்துரைக்கப் படுகின்றன. இதனால் வெட்சிப் போர் மரபு என்பது வெறும் ஆகோள்பூசல் மட்டுமன்று வேறு சில கூறுகளையும் உள்ளடக்கியது என்பது காட்டப்படுகின்றது. இந்நூற்பாவில் சுட்டப்படும் நடுகல் மரபு முழுக்க இனக்குழு சார்ந்தது என்பதைச் சுட்டவேண்டியதில்லை. ஆகோள் பூசலில் ஈடு பட்டு இறந்தவர்களுக்கு நாட்டப்பட்ட கல் காலப்போக்கில்

இனக்குழுவுக்காக வேட்டையில் ஈடுபட்டு உயிர்விட்டவர் களுக்கும் நாட்டப்பட்டுள்ளதைச் செங்கம் நடுகற்கள் பதிவு செய்துள்ளதைக் குறிப்பர். நடுகல் மரபு இனக்குழு மரபி லிருந்து விடுவிக்கப்பட்டு, மேனிலையாக்கப்பட்ட பண்பாட்டு நடவடிக்கையாக மாறியதைச் சிலப்பதிகாரம் காட்டுகின்றது.

தொல்காப்பியருக்கு முந்தைய காலத்தில் இனக்குழுக் களின் தலைமை சார்ந்த பல செயல்பாடுகள் ஆகோள் பூசலின் அடிப்படையிலேயே நிகழ்ந்துள்ளன. ஆகோள் பூசலே இனக்குழுவின் தலைவனைத் தேர்ந்தெடுப்பதில் முக்கிய பங்கு வகித்துள்ளது. இனக்குழுவை அல்லது இனக்குழுப் போரை வழிநடத்தியவன் பூசலின்போது பகைவர் வாள்பட்டு மாண்ட பின், அந்த இடத்திற்கு மற்றொரு வீரனே நியமிக்கப் படுகின்றான். இதனையே தொல்காப்பியர் பிள்ளை நிலை, “நாடவற்கருளிய பிள்ளையாட்டு” என்று பதிவு செய்துள்ளார். ஆகோள் பூசல்களில் வீரத்தை வெளிப்படுத்தியவன் இனக்குழுவின் தலைவனாகத் தேர்ந்தெடுக்கபட்ட முறைமையை இது சுட்டுகின்றது. ஆகோள் பூசல்களே இனக்குழு நிலையிலிருந்து அரசமைப்பை நோக்கிய வளர்ச்சிக்கு அடிப்படையாக இருந்துள்ளதை இதனால் அறியலாம். ஆகோள் பூசல் மரபில் அடக்கமுடியாத பல மரபுகளைச் சுட்டும் முயற்சியால் உருவானதே இந்த நூற்பா எனலாம். இவை இனக்குழு மரபின் வளர்ச்சியில் இறுதி நிலையில் உருவானவையாகக் கருதத்தக்கவையாகும். இதற்குப் பிறகு வேந்தர் மரபு முழுமையாக அனைத்துக் கருத்தியல்களையும் ஆக்கிரமித்துக்கொள்கின்றது. இதனால் இனக்குழு மரபாகக் கருதத்தக்கனவற்றையே பல கட்டங்களாகப் பிரித்துப் பார்க்கவேண்டிய தேவை இருப்பதை உணரலாம். இந்தப் பல கட்டங்களையும் சங்க இலக்கியங்கள் பதிவு செய்துள்ளன.

வெட்சி மரபு இனக்குழு மரபாகக் கருதப்பட்டாலும், இனக்குழு மரபில் நிலைப்படுத்தப்பட்ட கருத்தாக்கங்கள், குறியீடுகள் என்பவையெல்லாம் இருப்பதில்லை என்பதை உணரலாம். வெட்சி பற்றிய கருத்தாக்கங்களும் குறியீடுகளும் பெயர் இடும், தொகுத்துரைக்கும் தன்மையால் தோன்றிய தாகும். தொல்காப்பியம் பதிவு செய்வதற்கு முன்பே இனக்குழு மரபுகளுக்குப் பெயர் இடும் செயல்பாடும் தொகுத்துரைக்கும் தன்மையும் தோன்றியுள்ளன. முந்தைய கால இனக்குழு மரபுகள் பலவற்றைத் தொல்காப்பியம் கல்வி மரபு சார்ந்து பதிவுசெய்ய முயன்றுள்ளது. இனக்குழு மரபுகள் பல காலம் வழக்கத்தில் இருந்து, மறைந்தவை போக மீதமிருந்தவை தொல்காப்பியத்தால் பதிவு செய்யப்பட்டுள்ளன. பதிவு செய்யப்படும் கருத்துகள் உருவான காலமும் தொல்காப்பியர் பதிவு செய்த காலமும் ஏறத்தாழ 500 ஆண்டு கால இடை வெளியை உடையவையாக இருக்க வாய்ப்புகள் மிகுதி. இவ்விடைவெளியில் பல கருத்துகள் வழக்கிழந்தும் உருமாறியும் போயுள்ளன. அவற்றில் ஒன்றாகவே வெட்சித்திணை மரபுகள் காணப்படுகின்றன. வெட்சி என்ற அடையாளமே இனக்குழு மரபினை ஒருங்கிணைத்து உருவாக்கப்பட்ட கருத்தாக்கம்தான். இக்கருத்தாக்கம் வேந்தர்களுடன் இணைந்த பெருங்கதையாடலாகத் தொல்காப்பியத்தால் முன் வைக்கப்படுகின்றது. இரண்டாகப் பிரித்து சுட்டப்படும் வெட்சித் திணை நூற்பாக்களில் முதல் தொகுப்பு முற்றும் இனக்குழுவின் ஆகோள் பூசல் சார்ந்தும் இரண்டாம் தொகுப்பு இனக்குழுத் தலைமைவடிவங்களில் ஏற்பட்ட மாறுபாடுகள் பற்றியும் உரைக்கின்றது. வேந்தர் மரபெனும் பெருங்கதை யாடலுக்குள் இவற்றை அடக்கும் முயற்சியைத் தொல்காப்பியம் மேற்கொண்டிருப்பதைக் காணமுடிகின்றது.

ஆகோள்பூசல் தொடங்கி இனக்குழு மரபின் பல செயல்பாடுகளையும் வெட்சித்திணைப் போர்மரபுகள் கொண்டுள்ளன. தொல்காப்பியம் எழுந்த காலம் வேந்தர் மரபு

மேலெழுச்சி பெற்றிருந்த காலமாக இருந்ததனால் வேந்தர் மரபை வெட்சித்திணையின் மரபுடன் இணைக்கும் அரசியலைத் தொல்காப்பியம் மேற்கொண்டிருக்கின்றது. என்றாலும், வெட்சித்திணை சுட்டும் போர்மரபுகளில் இனக்குழுக்களின் மரபுகளே மிகுந்திருக்கின்றன என்பதை அறியமுடிகின்றது.

பார்வைகள்

1980 : தொல்காப்பியம் பொருளதிகாரம், நச்சினார்க்கினியர் (உரை), சென்னை: திருநெல்வேலி, சைவசித்தாந்த நூற்பதிப்புக் கழகம் லிமிடெட்

2010: கே.பழனிவேலு, சங்க இலக்கியம்: பாட்டு மரபும் எழுத்து மரபும், சென்னை: நியூ செஞ்சுரி புக் ஹவுஸ்.

2012 : தொல்காப்பியம் பொருளதிகாரம், ச. பாலசுந்தரம் (உரை), சேலம்: பெரியார் பல்கலைக்கழகம்.

2016 : ர. பூங்குன்றன், தொல்குடி வேளிர் வேந்தர், சென்னை : நியூ செஞ்சுரி புக் ஹவுஸ்.

துணைநூற்பட்டியல்

அய்யப்ப பணிக்கர். கெ., 2012: இந்திய இலக்கியக் கோட்பாடுகள் சூழல் – பொருத்தம், ந.மனோகரன் (மொ. பெ.), மாற்று, சென்னை.

எங்கல்ஸ்.பி., 1990: குடும்பம் தனிச்சொத்து அரசு ஆகியவற்றின் தோற்றம், நியூசெஞ்சுரி புக் ஹவுஸ் பிரைவேட் லிமிடெட், சென்னை

குறுந்தொகை, 2004: சென்னை: நியூ செஞ்சுரி புக் ஹவுஸ் பி லிட்.

சிவகாமி. ச., 2000 : தொல்காப்பியக் கூற்றுப் பகுப்பாய்வு, அரங்க. முருகையன் முதலானோர் (பதி.), தொல்காப்பிய ஆய்வுகள், சென்னை : உலகத்தமிழாராய்ச்சி நிறுவனம். . 1994:

சிவத்தம்பி.கா., 1998: பண்டைத் தமிழ்ச் சமூகம் வரலாற்றுப் புரிதலை நோக்கி, நா.வானமாமலை, ஆ. சிவசுப்பிரமணியன், செ. போத்திரெட்டி (மொ.பெ.), சென்னை: மக்கள் வெளியீடு.

சிவத்தம்பி. கா., 2007: தொல்காப்பியமும் கவிதையும், சென்னை : குமரன் புத்தக இல்லம்.

சுப்பிரமணியன். சி., 1998, பேச்சுக் கூறுபாட்டியல், பாளையங்கோட்டை: நாட்டார் வழக்காற்றியல் ஆய்வு மையம்.

சுப்பிரமணியன். சி., 1998, பேச்சொலியியல், பாளையங்கோட்டை: நாட்டார் வழக்காற்றியல் ஆய்வு மையம்.

சுப்பிரமணியன் பா.ரா. 2009, சொல்வலை வேட்டுவன், சென்னை: கயல் கவின் புக்ஸ்.

சுரேஷ் எம்.ஜி. 2004, பின்- நவீனத்துவம் என்றால் என்ன, சென்னை: புதுப்புனல்

செல்வராசு. சிலம்பு நா. 2007, பண்டைச் சமூக உருவாக்கமும் சிலப்பதிகாரத்தின் இலக்கிய அரசியலும், தஞ்சாவூர் : அகரம்.

செல்லபெருமாள். ஆ, 1998, சமூகப் பண்பாட்டு மானிடவியல், திருநெல்வேலி : இலக்கியத் தேடல்.

தமிழவன், 1995, தமிழ்க் கவிதையும் மொழிதல் கோட்பாடும், பெங்களூர்: காவ்யா.

தமிழவன், 2008: அமைப்பியலும் அதன் பிறகும், திருச்சி: அடையாளம்.

தமிழவன், 2009, பழந்தமிழில் அமைப்பியல் மற்றும் குறியியல் ஆய்வுகள், சென்னை: உலகத் தமிழாராய்ச்சி நிறுவனம்.

தொல்காப்பியம், பொருளதிகாரம் (உரைவளம்) செய்யுளியல், 1991: ஆ. சிவலிங்கனார் (பதி.), சென்னை: உலகத் தமிழாராய்ச்சி நிறுவனம்.

தொல்காப்பியம்- சொல்லதிகாரம் (சேனாவரையம்), 1996: அண்ணாமலைப் பல்கலைக் கழகம், அண்ணாமலை நகர்.

நாகார்ஜுனன், 2008: நளிர், ஆழி பப்ளிஷர்ஸ், சென்னை.

நிக்கோஸ் பௌலண்ட்சாஸ், 1991. "அரசு இயந்திரமும் கருத்துருவ இயந்திரமும்" நாகார்ஜ்ஜுனன், ரமேஷ் (மொ.பெ), அரசு அறிவு அதிகாரம், மதுரை: கார்முகில்.

பக்தவச்சல பாரதி, 1990: பண்பாட்டு மானிடவியல், சிதம்பரம்: மணிவாசகர் பதிப்பகம்.

பஞ்சாங்கம். க., 2011: இலக்கியமும் திறனாய்வுக் கோட்பாடுகளும், அன்னம், தஞ்சாவூர்.

பழனிவேலு. கே., 2009: பனுவல் எடுத்துரைப்பு திறனாய்வு, புதுச்சேரி : வல்லினம்.

பழனிவேலு. கே., 2011: கூற்றுக்கோட்பாடும் தமிழ்க் கவிதையியலும், தஞ்சாவூர் : அகரம்.

பாலசுப்பிரமணியம். கு. மா., 1987: பண்டைத் தமிழ்ச் சமுதாய வளர்ச்சி ஒரு மார்க்சிய நோக்கு, சென்னை: தமிழ்ப்புத்தகாலயம் (வி.உ)

பெல்ஸி., கேத்தரின், 2008, பின் அமைப்பியல் மிகச்சுருக்கமான அறிமுகம், அழகரசன் (மொ.பெ.) புத்தாநத்தம்: அடையாளம்.

மட்ஸ் அல்வெசன், 2008, பின் நவீனத்துவம், வான்முகிலன் (மொ.பெ.) சென்னை : அலைகள் வெளியீட்டகம்.

மணவாளன், அ.அ., 2005, இலக்கிய ஒப்பாய்வு : காப்பியங்கள், சென்னை: நியூசெஞ்சுரி புக் ஹவுஸ் பி. லிட்.

மருதநாகயம், ப., 2001, மேலை நோக்கில் தமிழ்க் கவிதை, சென்னை : உலகத் தமிழாராய்ச்சி நிறுவனம்.

மருதநாயகம், ப., 2004, புதுப் பார்வைகளில் புறநானூறு, சென்னை : காவ்யா.

மனோகரன், இரா. 2008, ஒப்பிலக்கியம்: அரிஸ்டாட்டிலும் இளங்கோவும், சென்னை: காவ்யா.

மாதையன். பெ., 2009: அகத்திணைக் கோட்பாடும் சங்க அகக் கவிதை மரபும், சென்னை: பாவை பப்ளிகேஷன்ஸ்.

லூர்து, தே., 2000, நாட்டார் வழக்காற்றியல் : சில அடிப்படைகள், பாளையங்கோட்டை: நாட்டார் வழக்காற்றியல் ஆய்வு மையம்.

லூர்து, தே., 2000, நாட்டார் வழக்காற்றியல் கோட்பாடுகள், பாளையங்கோட்டை: நாட்டார் வழக்காற்றியல் ஆய்வு மையம்.